சுந்தரர்

# சுந்தரர்

முகிலை இராசபாண்டியன்

# PEN BIRD™
PUBILCATIONS

+91 8220063246 | penbirdpublications@gmail.com | www.penbird.in

சுந்தரர்
முகிலை இராசபாண்டியன்©

Sundarar
Muhilai Rajapandian©

இரண்டாம் பதிப்பு  - அக்டோபர் 2024
PB #30              - இலக்கியம்
அட்டை ஓவியம்   - கோ.பாலாஜி MFA.,
வடிவமைப்பு      - நா.கௌசிகன்

ISBN: 978-81-979546-9-6

Rs. 250

Printed by: Real Impact Solutions, Chennai – 600 004.

இந்நூலின் எந்தவொரு பகுதியையும் ஆசிரியர் மற்றும் பதிப்பாளரின் எழுத்து பூர்வ அனுமதியின்றி அச்சு மற்றும் மின்னணு வழியே நகல் எடுப்பது, ஒலிப்பதிவு செய்து வெளியிடுவது, துண்டுப் பிரசுரமாக அச்சிட்டு வெளியிடுவது போன்ற செயல்கள் பதிப்புரிமைச் சட்டத்தின்படி தடை செய்யப்பட்டுள்ளது.

## பொருளடக்கம்

| | | |
|---|---|---|
| | என்னுரை | 9 |
| 1. | சுந்தரப் பேரொளி | 11 |
| 2. | நம்பியாரூரர் | 13 |
| 3. | வேதியரின் வருகை | 17 |
| 4. | வேதியர் தொடுத்த வழக்கு | 19 |
| 5. | தடுத்து ஆட்கொண்டார் | 23 |
| 6. | வன்தொண்டன் | 27 |
| 7. | தலைமேல் கால் | 29 |
| 8. | தம்பிரான் தோழர் | 32 |
| 9. | பரவையார் | 35 |
| 10. | பரவையின் காதல் | 40 |
| 11. | பரவையின் புலம்பல் | 42 |
| 12. | திருத்தொண்டத் தொகை | 45 |
| 13. | குண்டையூர்க் கிழார் | 50 |
| 14. | கோட்புலி நாயனார் | 55 |
| 15. | வலிவலம் | 58 |
| 16. | பொன்னான செங்கல் | 61 |
| 17. | திருப்பனையூரில் திருக்கூத்து | 63 |
| 18. | நன்னிலம் | 65 |
| 19. | திருநாகேச்சுரம் | 68 |
| 20. | திருச்சோற்றுத் துறை | 70 |
| 21. | மறந்தாய் மழபாடியை | 72 |

| | |
|---|---|
| 22. திருவானைக்கா | 75 |
| 23. பொன் கேட்டார் | 77 |
| 24. திருப்புறம்பயம் | 80 |
| 25. திருமுதுகுன்றம் | 83 |
| 26. தில்லையில் சுந்தரர் | 87 |
| 27. கருப்பறியலூர் | 89 |
| 28. முள்ளூர் | 91 |
| 29. கமலாலயம் | 93 |
| 30. திருநள்ளாறு | 97 |
| 31. சாயாவனம் | 99 |
| 32. பொதிசோறும் தண்ணீரும் | 101 |
| 33. திருத்தினை மாநகர் | 103 |
| 34. அந்தணர் வழங்கிய உணவு | 105 |
| 35. காஞ்சிபுரம் | 107 |
| 36. திருக்காளத்தி | 110 |
| 37. சங்கிலியார் | 112 |
| 38. சுந்தரரின் காதல் | 115 |
| 39. சங்கிலியார் கனவில் | 118 |
| 40. சபதம் | 120 |
| 41. கண் போனது | 123 |
| 42. இடது கண் பெற்றார் | 125 |
| 43. நோய் நீங்கியது | 127 |
| 44. பரவையின் கோபம் | 130 |
| 45. தூது போன இறைவன் | 132 |
| 46. இறைவன் தூதனா? | 136 |
| 47. கலிக்காமருக்குச் சூலை நோய் | 140 |
| 48. தானே போக்கிய சூலை | 143 |
| 49. வந்தார் சுந்தரர் | 145 |
| 50. உயிரை விட நினைத்த சுந்தரர் | 147 |

| | | |
|---|---|---|
| 51. | சோமாசி மாற நாயனார் | 150 |
| 52. | சேரமான் பெருமாள் | 154 |
| 53. | திருவாரூர் மும்மணிக் கோவை | 160 |
| 54. | மதுரைக்குப் பயணம் | 165 |
| 55. | மூவேந்தரும் மதுரையில் | 170 |
| 56. | குற்றாலம் | 175 |
| 57. | இராமேச்சுரம் | 177 |
| 58. | சேரநாட்டுப் பயணம் | 183 |
| 59. | சேரமான் மாளிகையில் | 189 |
| 60. | திருவாரூருக்குத் திரும்புதல் | 191 |
| 61. | முதலை உண்ட பாலன் | 195 |
| 62. | வெள்ளை யானை | 204 |
| 63. | குதிரையில் சேரமான் | 206 |
| 64. | திருக்கயிலாய ஞான உலா | 211 |

# என்னுரை

பெரிய புராணம் என்னும் பெருமைக்குரிய பெயர்கொண்ட காப்பியம் திருத்தொண்டர் புராணம். இந்தக் காப்பியத்தைப் படைத்து வழங்கியவர் சேக்கிழார். இவர் சென்னைக்கு அருகிலுள்ள குன்றத்தூரில் தோன்றியவர். இரண்டாம் குலோத்துங்கச் சோழனுக்குத் தலைமை அமைச்சராக இருந்து பணியாற்றிய பெருமைமிக்கவர் இவர்.

சைவ நாயன்மார் அறுபத்து மூவரின் வரலாற்றினை அழகாக விரித்துரைக்கும் காப்பியம் இந்தப் பெரிய புராணம். உலகெலாம் எனத் தொடங்கி உலகெலாம் என முடியும் பெருமைப் பெற்ற இந்தக் காப்பியம் மொழி, மதம், இனம், சாதி என்னும் எந்தக் குறுகிய எண்ணமும் இல்லாத நிலையை – இறைநிலையை மக்களுக்குப் போதிக்கத் தோன்றியது ஆகும்.

பெரிய புராணத்திற்கு முதல் நூல் சுந்தரர் எழுதிய திருத்தொண்டத் தொகை. இதற்கு வழி நூல் நம்பியாண்டார் நம்பி படைத்த திருத்தொண்டர் திருவந்தாதி.

> உலகெலாம் உணர்ந்து ஓதற்கு அரியவன்
> நிலவு உலாவிய நீர்மலி வேணியன்
> அலகில் சோதியன் அம்பலத்து ஆடுவான்
> மலர் சிலம்படி வாழ்த்தி வணங்குவாம்!

என்று சேக்கிழார் பாடிய கடவுள் வாழ்த்துப் பாடல் இறைவன் என்று சிவனைக் காட்டுகிறது. அந்தச் சிவபெருமானை உலக இறைவனாக உயர்த்திக்காட்டுகிறது. இப்படி உயர்த்திக்காட்டினாலும் பிற சமயம் எதையும் இகழும் நோக்கம் எதுவும் இல்லாத காப்பியம் இந்தப் பெரிய புராணம்.

இறைவன் பெருமையைவிட இறை அடியார்களின் பெருமை உயர்ந்தது என்று உணர்த்தும் காப்பியம் இது. மனிதராய்ப் பிறந்து மனிதகுலத்தின் மேம்பாட்டிற்காகப் பாடுபட்ட இறையடியார்களின் வரலாற்றை விளக்கும் நூலாக விளங்குவது பெரியபுராணம். இந்தப் பெரிய புராணத்தில் முதன்மையான நாயனாராக இடம் பெற்றவர் சுந்தரர்.

பெரிய புராணத்தின் கதைத் தலைவனாகக் காப்பியம் முழுவதும் இடம்பெற்றவர் சுந்தரர். அவரது வரலாற்றை நூல் வடிவம் ஆக்குவதற்கு அடிப்படையாய் இருந்த ஞாலம் இலக்கிய இயக்கத்தின் புரவலர் பொறியாளர் திரு.ந.முத்து ரெட்டியார் அவர்களுக்கும் ஞாலத்தின் உறுப்பினர் அனைவருக்கும் என் நன்றியைத் தெரிவித்துக்கொள்கிறேன்.

நன்றியுடன்
முகிலை இராசபாண்டியன்
18-05-2019

# சுந்தரப் பேரொளி

உலக மலைகளில் உயர்ந்த மலை இமய மலை. அந்த இமய மலைத்தொடரில் உள்ள மலைகளில் ஒன்று கைலாய மலை. அந்தக் கைலாய மலைக்குத் தலைவன் சிவன். அங்கே எப்போதும் வீணையின் இசையும் மத்தளத்தின் ஒலியும் கேட்டுக்கொண்டே இருக்கும். திருமாலும் நான்முகனும் சிவனை வணங்குவதற்குக் கைலாய மலையில் காத்துக்கொண்டு நிற்பார்கள்.

கைலாய மலையில் சிவபெருமானைப் போற்றி வணங்குகிறார் உபமன்னிய முனிவர். அவரைச் சூழ்ந்து ஆயிரக்கணக்கான முனிவர்கள் நின்றனர். அப்போது ஆயிரம் சூரியன் ஒன்றாக உதித்ததைப்போல் ஒளி தோன்றும்படியாக ஒருவர் அங்கே தோன்றினார். அவரைப் பார்த்ததும் முனிவர்கள் அனைவரும் அதிசயத்துடன் பார்த்தனர். தெய்வ ஒளியுடன் திகழ்ந்த அவரைப் பார்த்ததும் உபமன்னிய முனிவர் எழுந்து நின்று வணங்கினார்.

அங்கண் ஓரொளி ஆயிர ஞாயிறு
பொங்கு பேரொளி போன்று முன் தோன்றிடத்
துங்க மாதவர் சூழ்ந்திருந்தார் எலாம்
இங்கு இது என்கொல் அதிசயம் என்றலும் [26]

என்னும் பாடலில், ஒருவரிடம் இருந்து வந்த அந்த ஒளி, ஆயிரம் சூரியனிடமிருந்து வந்த ஒளிபோல் தோன்றியதால் உபமன்னிய முனிவர் வணங்கினார்.

சிவனைத்தவிர வேறு எவரையும் வணங்காத உபமன்னிய முனிவரே இவரை வணங்குகிறாரே என்று முனிவர்கள் அனைவரும் வியப்படைந்தனர். உபமன்னிய முனிவரைப் பார்த்து அவர்கள் அனைவரும், “சிவனைத் தவிர வேறு எவரையும் வணங்காத நீங்கள்

இவரைப் பார்த்ததும் வணங்குகிறீர்களே?" என்று கேட்டனர். உடனே உபமன்னிய முனிவர், "பேரொளியாக இங்கே வந்தவர் சுந்தரர். அவர் செய்த தவத்தின் காரணமாகப் பேரொளியைப் பெற்றவர். அதனால்தான் அவரை வணங்கினேன்!" என்று கூறினார்.

முனிவர்கள் அனைவரும், "சுந்தரரைப் பற்றி மேலும் அறிந்துகொள்ள விரும்புகிறோம். அவரைப் பற்றி எங்களுக்குக் கூறுங்கள்" என்று வேண்டிக்கேட்டனர். அப்போது திருக்கயிலாயத்தில் முன்பு நிகழ்ந்ததைப் பின்னோக்கு உத்தியில் உபமன்னிய முனிவர் தெரிவித்தார்.

தலையில் சடைமுடியையும் அந்தச் சடைமுடியில் கங்கையையும் கொண்டவன் சிவன். அந்தச் சிவன் அணிந்து கொள்ளும் மாலையைக் கட்டி அணிவிக்கும் வேலையையும் திருநீறு வழங்கும் வேலையையும் செய்து வந்தவர் ஆலால சுந்தரர். ஒருநாள் அவர் சிவனுக்குச் சாற்றுவதற்காக மலர் பறிக்க நந்தவனத்திற்குப் போனார். அந்த நந்தவனத்தில் மலர் பறித்து இறைவிக்குச் சூட்டுவதற்காக இரண்டு பெண்கள் போயிருந்தனர். அநிந்திதை, கமலினி என்பது அவர்கள் பெயர். இறைப்பணி மட்டுமே தனது பணி என்று செய்துகொண்டிருந்த ஆலால சுந்தரர் அந்த இரு அழகிய பெண்களையும் பார்த்தார். அவர்கள்மேல் காதல் அவருக்குத் தோன்றியது. இதனை அறிந்தார் சிவன். "காதல் செய்வதற்கு உரிய இடம் கயிலாய மலை இல்லை. நீ கொண்ட காதலைப் பூமியின் தென்பகுதியில் உள்ள தமிழகத்தில் சென்று அனுபவித்துவிட்டு மீண்டும் திருக்கயிலாயத்துக்கு வா!" என்று ஆணையிட்டார்.

ஆலால சுந்தரர் மனம் வருந்தினார். இறைவனுக்குப் பணி செய்ய முடியாமல் போய்விட்டதே என்று வருந்தினார். "மானிட வாழ்க்கையில் நான் மயங்கி அழுந்தும்போது, இறைவா! நீ தடுத்து ஆட்கொள்ள வேண்டும்" என்று இறைவனிடம் வேண்டினார். "அப்படியே செய்கிறேன்" என்று இறைவனும் அருள் புரிந்தான். அவ்வாறு தென்திசையில் உள்ள தமிழ்நாட்டில் அநிந்திதை, கமலினி ஆகியோருடன் இன்ப வாழ்க்கையில் ஈடுபட்ட ஆலால சுந்தரர் மீண்டும் கைலாய மலைக்கு வந்ததைத்தான் நாம் பார்த்தோம் என்று உபமன்னிய முனிவர் கூறினார்.

பூவுலகில் சுந்தரர் வாழ்ந்த வாழ்க்கையையும் தொடர்ச்சியாகப் பின்னோக்கு உத்தியில் உபமன்னிய முனிவர் கூறுவதுபோல் பாடியுள்ளார் சேக்கிழார்.

# நம்பியாரூரர்

சோழநாட்டின் ஆட்சிக்கு உட்பட்ட ஒரு சிறு நாடு திருமுனைப்பாடி நாடு. இதனை நரசிங்க முனையரையர் என்னும் மன்னர் ஆட்சி செய்து வந்தார். திருமுனைப்பாடி நாட்டில் உள்ள ஊர் நாவலூர். அங்கே வேதியர் குலத்தில் தோன்றிய சடையனார் என்பவர் வாழ்ந்து வந்தார். அவரது மனைவியார் இசை ஞானியார். இவர்களது இல்லறத்தின் பயனாய் ஒரு குழந்தை பிறந்தது. திருவாரூரின் மீதும் அங்கே கோயில்கொண்டுள்ள புற்றிடங்கொண்ட ஈசன் மீதும் பற்றுக்கொண்டவர் சடையனார். எனவே, குழந்தைக்கு நம்பியாரூரர் என்னும் பெயரைச் சூட்டி மகிழ்ந்தார்.

நம்பியாரூரரின் மார்பில் ஐம்படைத்தாலி தொங்கியது. ஐம்படைத்தாலி என்றால் ஐந்து வகையான படையின் வடிவம் கொண்டது என்று பொருள். திருமாலின் கைகளில் சங்கு, சக்கரம், வாள், கதை, கத்தி என்னும் ஐந்து ஆயுதங்களும் விளங்கும். இந்த ஐந்து ஆயுதங்களும் குழந்தைக்குக் காவல் வழங்கவேண்டும் என்று எண்ணி, கழுத்தில் அவற்றின் வடிவங்கள் அணியப்படுவதால் இது ஐம்படைத்தாலி எனப்படுகிறது. காலில், ஒலிக்கின்ற கொலுசு அணிந்திருந்தார். நெற்றியில் நெற்றிச்சுட்டியானது மணியுடன் ஒளி வீசியது. இடுப்பில் பொன்னால் செய்யப்பட்ட அரைஞாண் கட்டப்பட்டிருந்தது. இவ்வளவு அலங்காரத்துடன் நம்பியாரூரர் திருநாவலூர் தெருவில் தேர் உருட்டி விளையாடினார்.

திருநாவலூருக்கு வந்திருந்தார் நரசிங்க முனையரையர். அவருக்குக் குழந்தைச் செல்வம் இல்லை. தெருவில் தேர் உருட்டி விளையாடிக்கொண்டிருந்த நம்பியாரூரரைப் பார்த்தார். அலங்காரம் செய்யப்பட்ட அந்த அழகிய குழந்தையைப் பார்த்ததும் அந்தக்

குழந்தையை இளவரசனாக ஏற்று வளர்க்கலாம் என்னும் எண்ணம் அவருக்குத் தோன்றியது. அருகிலிருந்தவர்களிடம் அந்தக் குழந்தை யாருடையது எனக் கேட்டார். அவர்கள், வேதியர் சடையனாரின் திருமகன் என்று தெரிவித்தனர். சடையனாருக்கும் நரசிங்க முனையரையருக்கும் நெருங்கிய நட்பு இருந்தது. அந்த நட்பின் காரணமாக நேரே சடையனாரின் இல்லத்திற்குச் சென்றார் நரசிங்க முனையரையர். நம்பியாரூரனைத் தனது மகனாக – இளவரசனாக வளர்க்க விரும்பும் எண்ணத்தைத் தெரிவித்தார்.

நாட்டை ஆளும் மன்னன், நம்பியாரூரனை மகனாக்கிக்கொள்ள விரும்பினால் அதைத் தடுக்க இயலுமா? எனவே, தனது மகன் நம்பியாரூரனை மன்னன் நரசிங்க முனையரையருக்கு மகன்மையாக வழங்கினார். தற்காலத்தில் தத்துக்கொடுத்தல் என்றும் சுவீகாரம் வழங்குதல் என்றும் குறிப்பிடுகிறோம். இதற்கு மிகச்சரியான இலக்கியச் சொல்லாக மகன்மை என்னும் சொல்லைப் பயன்படுத்தியுள்ளார் சேக்கிழார்.

மன்னன் மகனாக வளர்ந்தாலும் நம்பியாரூரர் தங்கள் ஆதிசைவ குலமரபுப்படி பூணூல் அணிந்துகொண்டார். வேதங்களைக் கற்றுத்தெளிந்தார். அவருக்குத் திருமணப் பருவம் வந்தது. நம்பியாரூரருக்குத் திருமணம் செய்துவைக்க விரும்பினார்கள் சடையனாரும் இசைஞானியாரும். மன்னன் ஒப்புதலுடன் அவருக்குத் தகுதிவாய்ந்த பெண்ணைத் தேடினார்கள்.

திருமுனைப்பாடி நாட்டில் உள்ள ஊர்களில் ஒன்று புத்தூர். அங்கே சடங்கவி சிவாச்சாரியார் என்பவர் வாழ்ந்து வந்தார். அவரும் ஆதிசைவர் குடியில் தோன்றியவர். தமது குடியில் தோன்றிய சடங்கவி சிவாச்சாரியாரின் திருமகளை நம்பியாரூரருக்கு மணம் முடிக்க விரும்பினார் சடையனார். அதற்குச் சடங்கவியாரும் இசைவு தெரிவித்தார்.

சடையனாரின் திருமகனாகத் தோன்றிய நம்பியாரூரர், நரசிங்க முனையரையரின் மகனாக வளர்ந்தார். எனவே, அவரது திருமணத்தை மன்னன் மகனுக்குரிய கோலாகலத்துடன் நடத்துவதற்கு விரும்பினார் சடையனார். திருமண ஏற்பாட்டின் முதல் நிகழ்வாகத் திருமண ஓலை வழங்கும் நிகழ்வு நடைபெற்றது. நம்பியாரூரருக்கும் சடங்கவியாரின் திருமகளுக்கும் திருமணம் என்னும் அறிவிப்பைத் தாங்கிய ஓலையை மங்கலப் பெண்களும் ஆண்களும் ஒரு தாம்பாளத்தில் வைத்து, புத்தூருக்குக் கொண்டுசென்று வழங்கினர். அதனை அங்கே உள்ள மங்கலப் பெண்களும் மற்றவர்களும் மகிழ்வுடன் பெற்றுக்கொண்டனர்.

புத்தூரில் திருமணத்திற்காகப் பந்தல் அமைக்கப்பட்டது. அங்கே முளைப்பாலிகைகள் வரிசையாக அமைக்கப்பட்டன. திருமணத்தின் முந்தையநாள் மண முரசு முழங்கியது. மணமகன் இல்லத்தில் மணமகன் நம்பியாரூரருக்கும் மணமகள் இல்லத்தில் மணமகளுக்கும் பொன்னால் ஆகிய காப்புக் கட்டப்பட்டது. காப்புக்கட்டுதல் என்னும் நிகழ்வு, மணமக்களை இறைவன் பாதுகாக்கவேண்டும் என்னும் நோக்கில் கட்டப்படுவதாகும். தற்காலத்தில் மஞ்சள் கயிற்றால் காப்புக் கட்டப்படுகிறது. காப்புக்கட்டிய பின்னர் மணமக்கள், திருமணம் நிகழும் இடத்திலிருந்து வெளியில் எங்கும் செல்லக்கூடாது முதலான வரையறைகளை உள்ளடக்கியது இந்தக் காப்புக்கட்டுதல் என்னும் நிகழ்வு ஆகும்.

அடுத்தநாள் அதிகாலையில் திருமணச் சடங்குகள் நடைபெற்றன. நம்பியாரூரர் மங்கல நீராடினார். அதன்பின்னர் அகில் மணம் கமழும் அழகியப் பட்டாடைகளை அவருக்கு அணிவித்தனர். அவரது தலையில் உள்ள ஈரம் உலரும்படியாக நன்கு துவட்டினர். பின்னர் அழகிய குடுமியாக அந்த முடியைச் சேர்த்து முடித்தனர்.

நம்பியாரூரரின் மேனி முழுவதும் சந்தனமும் கஸ்தூரியும் கலந்த கலவைப் பூசப்பட்டது. அவரது விரலில் தருப்பையால் அமைந்த மோதிரம் அணிவிக்கப்பட்டது. மாணிக்கம் பதிக்கப்பட்ட தங்க அணிகளை அவரது கழுத்திலும் கைகளிலும் அணிவித்தனர். பலவகையான மலர்களால் அமைந்த மாலைகளை அவரது கழுத்திலும், தோளிலும், குடுமியைச் சுற்றியும் அணிவித்தனர். இவ்வளவு அலங்காரத்தையும் கொண்ட நம்பியாரூரர் நாவலூரிலிருந்து குதிரையில் ஏறிப் புத்தூருக்குப் புறப்பட்டார்.

நம்பியாரூரரின் திருமண ஊர்வலத்தில் அவரது உறவினர்கள் பலரும் யானைகளிலும் குதிரைகளிலும் தேரிலும் பல்லக்கிலும் ஏறிப் புறப்பட்டனர். பல வகை இசைக்கருவிகள் முழங்கின. வேதங்கள் ஒலித்தன. பெண்கள் பல்லாண்டு பாடினர். திருமண ஊர்வலம் புத்தூரை நோக்கிச் சென்றது. புத்தூரில் இத்தகைய கோலாகலத் திருமண ஊர்வலம் இதுவரை நிகழ்ந்ததே இல்லை. அதனால், அந்த ஊரை அங்குள்ள மக்கள் அனைவரும் அன்று முதல் மணம் வந்த புத்தூர் என்று போற்றினார்கள். ஊர்வலமாய் வந்த நம்பியாரூரரையும் அவரது உறவினரையும் புத்தூரில் உள்ள மங்கலப் பெண்கள் பாடி வரவேற்றனர்.

திருமணப் பந்தலில் நம்பியாரூரர் வந்து அமர்ந்தார். அவர் வரும்போது வெண்சங்குகள் ஒலித்தன. அந்த மங்கல ஒலியின் இடையே மங்கலப் பெண்கள் மங்கலப் பொருள்களைக் கைகளில் ஏந்தியபடி நின்றனர்.

## வேதியரின் வருகை

வேத மந்திரங்கள் ஒலிக்கும் மலை கயிலாய மலை. அந்தக் கயிலாய மலையில் குடியிருக்கும் இறைவன் வேதியர் வேடம் தாங்கி அந்தத் திருமணப் பந்தலுக்கு வந்தான்.

> ஆலு மறை சூழ் கயிலையின்கண் அருள் செய்த
> சாலு மொழியால் வழி தடுத்து அடிமை கொள்வான்
> மேலுற எழுந்து கீழுற அகழ்ந்து
> மாலும் அயனுக்கும் அரியார் ஒருவர் வந்தார்     [174]

சிவனது வருகையை ஒருவரது வருகை என்று, சாதாரண மனிதனின் வருகையைப்போல் தெரிவித்த சேக்கிழார் அவர் சிவன் என்பதை உணர்த்துவதற்காகத் திருமால் கீழ் ஆழ்ந்து தேடியும் பிரமன்மேல் எழுந்து தேடியும் அறியமுடியாதவன் என்று காட்டியுள்ளார். முன்பே திருக்கயிலாய மலையில் சுந்தரருக்குத் தெரிவித்தபடி அடிமையாய் ஆட்கொள்வதற்கு வந்தவர் என்பதை முதலில் தெரிவித்ததால் வந்தவர் சிவன் என்பதை முதலிலேயே உறுதிசெய்துள்ளார்.

இளமைதான் அழகு என்று நினைப்போம். சிவன் கொண்டிருந்த முதுமை வேடமும் அழகு என்று சேக்கிழார் உணர்த்தியுள்ளார். கண்ணில் உள்ள ஒளியானது நெற்றியில் பாய்ந்தது போல வெண்ணிறத் திருநீற்று ஒளியுடன் வேதியரின் நெற்றி விளங்கியது. தலையிலிருந்த பிறை நிலவு முதிர்ச்சிப்பெற்று முழு நிலவாகி அதன் ஒளிக்கிரணங்கள் தலையில் பாய்வதைப்போல் வெண்மையான நரைமுடியைக் கொண்டிருந்தார். அந்த வெண்மையானத் தலைமுடி இடையிடையே சரிந்து அசைந்துகொண்டிருந்தது. காதுகளில்

உருத்திராட்சம் கொண்ட குண்டலம் ஆடிக்கொண்டிருந்தது. கழுத்தில் உருத்திராட்ச மாலை தொங்கிக்கொண்டிருந்தது. அதனுடன் வெண்ணிறப் பூண் நூலும் அசைந்துகொண்டிருந்தது. தோளில் வெண்ணிற மேலாடை அசைந்து தொங்கியது. ஒரு கையில் வெயிலை மறைக்கும் குடையைத் தாங்கியபடி நடந்து வந்தார் அந்த வேதியர்.

வேதியரின் வயிறு சரிந்து காணப்பட்டது. அந்த வயிற்றிலிருந்து கோவணம் கட்டப்பட்டிருந்தது. அது பலமுறை கட்டப்பட்டதால் பழையதாகத் தோன்றியது. அந்த வெண்ணிறக் கோவணத்தின்மேல் அழகிய மேற்கட்டி ஆடை அணிந்திருந்தார். ஒரு கையில் மூங்கில் தண்டினைத் தாங்கியபடி தளர்ந்த நடையுடன் வந்தார் அந்த வேதியர்.

இளமை அழகே முதுமை என்னும் வடிவம் கொண்டதோ? வேதநெறியாகிய வைதிகமே முதிய வடிவம் கொண்டு வந்ததோ? என்று சிவன் கொண்டிருந்த முதிய வேதியர் வடிவத்தைப் பார்த்து அனைவரும் ஐயம் கொண்டனர். இவ்வாறு எல்லோரும் ஐயம் கொள்ளும் வகையில் முதுமை அழகு மிளிரும்படியாகச் சிவன் அந்தப் பந்தலில் தோன்றினான்.

# வேதியர் தொடுத்த வழக்கு

நம்பியாரூரருக்குத் திருமண ஏற்பாடுகள் நடைபெற்றுக் கொண்டிருந்தன. அங்கே வேதியர் கோலத்தில் வந்த சிவபெருமான் அந்தத் திருமணப் பந்தலில் கூடியிருந்தவர்களைப் பார்த்து, "இங்கே இருக்கும் அனைவரும் நான் சொல்வதைக் கேளுங்கள்" என்றார். வயது முதிர்ந்து அனுபவம் நிறைந்தவர் அந்த வேதியர் என்பதால் எல்லோரும் அவரை உற்றுப் பார்த்தனர். மணக்கோலத்தில் இருந்த நம்பியாரூரர் அந்த வேதியரைப் பார்த்து, "உங்கள் வரவால் நாங்கள் அனைவரும் மிகுந்த மகிழ்ச்சி கொண்டோம். நீங்கள் சொல்ல நினைப்பதைச் சொல்லுங்கள்" என்று கம்பீரத்துடன் சொன்னார்.

"எனக்கும் உனக்கும் முன்பே ஓர் ஒப்பந்தம் இருக்கிறது. அந்த ஒப்பந்தத்தை மீறி நீ திருமணம் செய்கிறாய். அந்த வழக்கை முடித்துவிட்டு, நீ உனது திருமணச் சடங்கை நடத்து" என்றார் வேதியர்.

"எனக்கும் உமக்கும் வழக்கு உண்டு என்றால் அந்த வழக்கை முடிக்காமல் நான் திருமணம் செய்து கொள்ளமாட்டேன். உமது வழக்கை முழுமையாக இங்கே எடுத்துக்கூறும்" என்று சொல்லிய நம்பியாரூரர் எழுந்தார்.

வேதியர், அங்கே வீற்றிருந்த மறையவர்களைப் பார்த்து, "நாவலூரன் என்னும் நம்பியாரூரன் என் அடிமை ஆவான். இதுவே நான் சொல்லும் வழக்கு" என்றார்.

சிவபெருமான் திருமால், பிரம்மன் முதலான அனைவரையும் தனித்தனியே அடிமைகொள்ளும் ஒப்பற்றவர் ஆவார். அந்தச் சிவபெருமானுக்கு அந்த வகையில் நம்பியாரூரர் மட்டுமல்லாமல்

எல்லோரும் அடிமைகள்தாம். எனினும் வந்திருப்பவர் இறைவன் என்பது எவருக்கும் தெரியாத காரணத்தால் மறையவர்களும் மற்றவர்களும் அந்த வேதியர் கூறியதைக் கேட்டதும் திகைத்தனர். பின்னர், அங்கே நின்றுகொண்டிருந்தவர்களும் அமர்ந்திருந்தவர்களும் அந்த வேதியரைப் பார்த்துச் சிரித்தார்கள். சிலர் அவரைப் பார்த்துக் கோபம் கொண்டார்கள். நம்பியாரூரரும் அந்த மறையவர் கூறியதைக் கேட்டுச் சிரித்தார்.

எள்ளி நகையாடும் நம்பியாரூரரின் முகத்தை நிமிர்ந்து பார்த்தார் வேதியர். அவரது உடல் நடுங்கியது. அவரது மேலாடை நழுவியது. அதைத் தனது கைகளில் தாங்கியபடி நம்பியாரூரரின் அருகில் சென்றார் அந்த வேதியர். "அந்தக் காலத்தில் உன் தந்தையின் தந்தை – அதாவது உன் தாத்தா எனக்கு எழுதித் தந்துள்ள அடிமை ஓலை என்னிடம் உள்ளது. உண்மை இப்படி இருக்கும்போது என்னைப் பார்த்தா சிரிக்கிறாய் நீ" என்று கேட்டார்.

முதுமைத் தோற்றத்தில் இருந்த வேதியரைப் பார்த்து, தன் சிரிப்பை நிறுத்திக்கொண்டார் நம்பியாரூரர். பின்னர் அந்த வேதியரிடம், "ஓர் அந்தணர் இன்னோர் அந்தணருக்கு அடிமை ஆவது இல்லை. ஆனால், அந்தணனாகிய என்னை அடிமை என்று நீர் சொன்னதைக் கேட்டேன். வேதியரே, நீர் பித்தனா?" என்று கேட்டார்.

> ஆசில் அந்தணர்கள் வேறோர்
> அந்தணர்க்கு அடிமை ஆதல்
> பேச இன்றுன்னைக் கேட்டோம்
> பித்தனோ மறையோன் என்றார்     [186]

என்னும் பாடல் அடிகளில் அந்தணரை வேறோர் அந்தணர் அடிமைகொள்ள முடியாது என்பதைச் சேக்கிழார் தெரிவித்துள்ளார்.

தன்னைப் பார்த்து, பித்தனே! என்று நம்பியாரூரர் சொன்னதைக் கேட்டதும் வேதியர் தனது மனத்தைச் சமநிலையில் வைத்துக்கொண்டு, "நீ என்னைப் பித்தன் என்றாலும் சரி, இன்னும் பேயன் என்று சொன்னாலும் சரி, இன்னும் வேறுவேறு சொற்களால் என்னை இகழ்ந்தாலும் சரி, அதைப்பற்றி நான் கவலைப்படவில்லை. நான் யார் என்பதை உன்னால் இன்னும் புரிந்துகொள்ள இயலவில்லை. உனது பேச்சுத் திறமையை இங்கே நீ காட்டவேண்டாம். நான் சொல்லும் வேலையைச் செய்யும் பணியாளாய் என்னுடன் வா" என்றார்.

வேதியரை நேரில் பார்த்த உடனேயே நம்பியாரூரருக்கு அவர்மேல் அன்பு மிகுந்தது. வயது முதிர்ந்த அந்த வேதியரைப் பார்த்து, 'பித்தா' என்று சொன்னதால் அவர் கோபம் கொண்டுள்ளார். எது எப்படி இருப்பினும், அடிமை ஓலை இருக்கிறது என்று சொல்லும் அந்த வேதியரின் சொல்லில் உண்மை இருக்கிறதா என்பதை அவர் அறிய விரும்பினார். எனவே வேதியரைப் பார்த்து, "உம்மிடம் இருக்கும் அடிமை ஓலையைக் காட்டும்" என்றார்.

"என்னிடம் இருக்கும் ஓலையை நான் உனக்குக் காட்டினால் உன்னால் அதனைப் படித்துப் பொருள் தெரிந்துகொள்ள முடியுமா? முடியாது. இந்த அவையில் உள்ளவர்கள் இதனைப் பார்த்து, பொருள்புரிந்து உன்னை எனது அடிமை என்று சொல்வார்கள். அவ்வாறு அவர்கள் சொன்னதும் நீ எனக்கு அடிமை ஆவாய். எனக்கு அடிமையாகப்போகும் உனது கட்டளையை ஏற்று நான் ஓலையை உன்னிடம் காட்டமாட்டேன்" என்று அந்த வேதியர் ஓலையைக் காட்ட மறுத்தார்.

கோபம்கொண்ட நம்பியாரூரர் அந்த வேதியரிடம் இருக்கும் ஓலையைப் பறிக்கும் நோக்கத்தில் அவரிடம் சென்றார். அவரிடமிருந்த ஓலையைப் பாதுகாக்கவேண்டும் என்பதற்காக அந்தப் பந்தலில் ஓடினார் வேதியர். அவரைப் பின்தொடர்ந்து விரட்டியபடி ஓடினார் நம்பியாரூரர். வேதியர் வடிவில் இருக்கும் சிவபெருமானைத் திருமாலாலும் பிரம்மனாலும் தொடர்ந்து சென்று கண்டுபிடிக்க முடியவில்லை. அத்தகைய சிவன்தான் வேதியர் வடிவில் வந்திருக்கிறான் என்பதை அறியாத நம்பியாரூரர் சிவனைத் தொடர்ந்து ஓடினார்.

சிவபெருமான் ஒரே அம்பினால் முப்புரங்களை எரித்தவன். அந்த வல்லமை பெற்ற சிவபெருமானைத் தொடர்ந்து நம்பியாரூரரைத் தவிர வேறு யாராலும் ஓடமுடியாது. வேதியரை எட்டிப்பிடித்த நம்பியாரூரர், வேதியர் கையிலிருந்த ஓலையை வாங்கிப் படித்தார். அதில் சுந்தரர் அடிமை என அவரது முன்னோர் எழுதி வழங்கியிருப்பதைக் கண்டார். "அந்தணர் வேறொருவருக்கு அடிமை என எந்த நூலும் சொல்லவில்லை. எனவே, இந்த ஓலை பொய் ஓலை" என்று சொல்லி அதனைக் கிழித்தார்.

அந்தத் திருமணப் பந்தலில் இருந்த மறையவர்களைப் பார்த்து, "என்னிடம் இருந்த அடிமை ஓலையை இந்த நம்பியாரூரன் கிழித்துவிட்டான். இதுதான் உங்கள் ஊரின் நீதியோ?" என்று முறையிட்டார் வேதியர். பின்னர், தனக்கு அருகில் நின்று

கொண்டிருந்த நம்பியாரூரரின் கையைப் பற்றியபடி, "நீ செய்தது முறையா?" எனக் கேட்டார்.

வேதியரையும் நம்பியாரூரரையும் திருநாவலூர் மக்கள் விலக்கினர். அந்த வேதியரைப் பார்த்து, "உலக நடைமுறைக்கு ஒவ்வாத ஒரு செயலை, உண்மை என்று வேதியரே நீர் சொல்லுகிறீர். நீர் எந்த ஊரைச் சேர்ந்தவர் என்று சொல்லும்" என்று கேட்டனர். உடனே அந்த வேதியர், "நான் இங்கே உள்ளவன்தான். எனது இருப்பிடம் இங்கிருந்து தொலைவில் இல்லை. அருகிலுள்ள திருவெண்ணெய் நல்லூர்தான். அது போகட்டும். அறத்தின் முறை தெரியாமல் எனது கையிலிருந்து ஓலையைப் பறித்து இந்த நம்பியாரூரன் கிழித்துப் போட்டதிலிருந்தே இவன் எனது அடிமை என்பது உறுதியாகிவிட்டது" என்றார்.

"வழக்காடுவதில் இந்த வேதியருக்கு நிறைய அனுபவம் இருக்கும். இல்லை என்றால் இவ்வாறு ஓர் ஆவணத்தைக் காட்டி இங்கே வழக்கிடுவதற்கு வந்திருக்கமாட்டார்" என்பது நம்பியாரூரருக்குப் புரிந்தது. எனவே, வழக்கின் வாயிலாகவே இவரை வெற்றிக் கொள்ள முடியும் என்று நினைத்த நம்பியாரூரர், "உமது ஊர் திருவெண்ணெய் நல்லூர் என்றால் அங்குள்ள அற மன்றத்திலே நாம் வழக்கிடுவோம். அங்கே வந்து உமது அறத்திற்குப் பொருந்தாத வழக்கைச் சொல்லும்" என்று அந்த வேதியரை அழைத்தார்.

குழைமறைக் காதினானைக்
கோதில் ஆரூரர் நோக்கிப்
பழைய மன்றாடி போலும்
இவன் என்று பண்பின் மிக்க
விழைவுறு மனம் பொங்க
வெண்ணெய் நல்லூராயேல் உன்
பிழை நெறி வழக்கை ஆங்கே
பேச நீ போதாய் என்றார் [194]

என்னும் அடிகள் வாயிலாக, வந்திருப்பவர் சிவபெருமான்தான் என்பதை அப்போதும் நம்பியாரூரர் உணர்ந்துகொள்ளவில்லை என்பதைச் சேக்கிழார் உணர்த்தியுள்ளார். திருக்கயிலாத்தில் முன்பு இறைவனிடம் செய்துகொண்ட ஒப்பந்தம் நினைவுக்கு வராததால் நம்பியாரூரர் தொடர்ந்து வாதிட முயன்றார்.

✧

# தடுத்து ஆட்கொண்டார்

திருவெண்ணெய் நல்லூரில் நான்மறைகளை அறிந்த மறையவர் முன்னால் வழக்கிடுவதே சிறந்தது என்ற வேதியர் தன் கையிலிருந்த தண்டினை ஊன்றியபடி முன்னால் நடந்தார். அவரைத் தொடர்ந்து, காந்தத்தைத் தொடர்ந்து சென்று பற்றும் இரும்பினைப் போலச் சுந்தரர் சென்றார். அவரைத் தொடர்ந்து அவரது உறவினர்கள் அனைவரும் சென்றனர்.

திருவெண்ணெய் நல்லூரில் உள்ள அறமன்றத்தை அனைவரும் அடைந்தனர். 'திருநாவலூரில் வாழும் இந்த நம்பியாரூரன் என் விருப்பத்திற்குரிய அடிமை' என்று; தனது முறையீட்டைக் கூறினார் வேதியர். மேலும், 'அந்த அடிமை ஓலையை இவன் கிழித்து விட்டான்" என்றும் முறையிட்டார்.

நம்பியாரூரரைச் சூழ்ந்து அவரது உறவினர்கள் நின்றார்கள். வேதியர் தனி மனிதனாய் நின்று வழக்குரைத்தார். அந்த வேதியரைப் பார்த்து அறமன்றத்தார், "அந்தணர் ஒருவர் இன்னொருவருக்கு அடிமை ஆவது இந்த உலகில் வழக்கமில்லை. நீங்கள் கூறுவது என்ன ஐயா?" என்று கேட்டனர். அதற்கு வேதியர், "இந்த நம்பியாரூரரின் தந்தையின் தந்தையான பாட்டன் எழுதிக்கொடுத்த இசைவு ஓலை இருக்கிறது. அதனைச் சாட்சியாக வைத்துதான் முறையீடு செய்ய வந்தேன்" என்றார்.

வேதியர் கூறியதைக் கேட்டதும் அறமன்றத்தார், "அந்த வேதியர் காட்டிய ஓலையை வாங்கிக் கிழித்துப் போட்டுவிட்டால் வெற்றிக் கிடைத்துவிடுமா? அவர் தனது வழக்கினைச் சாட்சியுடன் மெய்ப்பிக்கிறார். நம்பியாரூரரே நீர் என்ன சொல்லப் போகிறீர்" என்றனர். "அனைத்து அறங்களையும் அறிந்த அறமன்றத்தீரே! நான்

ஆதி சைவன் என்பதை நீங்கள் அறிவீர்கள். உலகியலுக்கு மாறாக இந்த வேதியர் கூறுகிறார். இதுவரை இந்த அறமன்றம் அறியாத ஒன்றாக இது இருக்கிறது. இதற்கு நான் என்ன சொல்லமுடியும்" என்றார் நம்பியாரூரர்.

"எல்லோரும் கூடியிருக்கும் இந்த அவையில் இந்த நம்பியாரூரரை உமது அடிமை என்று கூறிவிட்டீர்! அதனை எங்கள் முன் நீர் மெய்ப்பிக்க வேண்டும்" என்று அறமன்றத்தார் எடுத்துக் கூறினர். மேலும், "உமது கருத்தை மெய்ப்பிப்பதற்கு நீர் மூன்று வகைகளைப் பயன்படுத்தலாம்.

'உம்மிடம் இந்த நம்பியாரூரர் அடிமையாக இருந்து வருகிறார் என்னும் ஆட்சியை, அதாவது ஆளுகையை மெய்ப்பிக்க வேண்டும். அல்லது இந்த நம்பியாரூரர் உமக்கு அடிமை என்னும் ஆவணத்தைக் காட்டவேண்டும். அதுவும் இல்லை என்றால் இந்த நம்பியாரூரர் உமக்கு அடிமை என்னும் அயலார் சாட்சியைக் காட்டவேண்டும். ஆட்சி (பாத்தியப்பட்டவர்), ஆவணம், அயலார் சாட்சி (கண்கண்ட சாட்சி) என்னும் மூன்றில் ஒன்றைக் காட்டுங்கள்'" என்று அறமன்றத்தார் கேட்டனர்.

வேதியராக வந்திருப்பவர் சிவபெருமான். அவர் தனது மாயையால் எத்தனை ஓலையை வேண்டுமென்றாலும் உருவாக்க இயலும். உடனே, அந்த வேதியர் அறமன்றத்தாரைப் பார்த்து, "இந்த நம்பியாரூரன் முன்பு கிழித்த ஓலையானது மூலஓலை அல்ல. அது நகல் ஓலைதான். மூல ஓலையை இந்த மன்றத்தில் காட்டுவதற்காகப் பத்திரமாக வைத்துள்ளேன்" என்று தெரிவித்தார்.

**ஆட்சியில் ஆவணத்தில்**
**அன்றி மற்று அயலார் தங்கள்**
**காட்சியில் மூன்றில் ஒன்று**
**காட்டுவாய் என்ன, முன்னே**
**மூட்சியிற் கிழித்த ஓலை**
**படி ஓலை மூல ஓலை**
**மாட்சியிற் காட்ட வைத்தேன்**
**என்றனன் மாயை வல்லான்** [202]

என்னும் இந்தப் பாடல் வாயிலாகப் பண்டைத் தமிழ்நாட்டில் அறமன்றம் செயல்பட்டதை அறிந்துகொள்ள முடிகிறது. மேலும், அந்த அறமன்றம் பாத்தியப்பட்டது, பத்திரச் சான்று, கண்கண்ட சாட்சி என்னும் மூன்றையும் உண்மையைக் கண்டுபிடிக்கப் பயன்படுத்தியிருக்கிறது என்பதையும் அறிந்துகொள்ள முடிகிறது.

"மூல ஓலையை இங்கே காட்டுங்கள்" என்று அறமன்றத்தார் கேட்டுக்கொண்டனர். உடனே வேதியர், "இந்த நம்பியாரூரன் இந்த மூல ஓலையையும் பறித்துக் கிழிக்காமல் நீங்கள் பார்த்துக் கொள்வதாக இருந்தால் நான் மூல ஓலையைக் காட்டுகிறேன்" என்றார். அறமன்றத்தார் அதற்கு ஒப்புதல் தெரிவித்தனர். உடனே அந்த வேதியர் தம்மிடமிருந்த ஓலையை எடுத்தார். அந்த ஓலையைப் பெற்றுப் படிக்குமாறு கரணத்தான் என்னும் எழுத்தரைப் பணித்தனர் அறமன்றத்தார். உடனே, அந்தக் கரணத்தான் அந்த வேதியரை வணங்கியபடி அந்த ஓலையைப் பெற்றார். பெற்ற ஓலை மூன்று தலைமுறைக்கு முந்தைய ஓலைதானா என்பதைப் பார்த்து அதன் பழைமையைப் புரிந்துகொண்டார். பின்னர், அந்த ஓலையின் சுருளைக் கிழித்துவிடாதபடி பக்குவமாகப் பிரித்தார். தமிழ் அறநூல்கள் கூறும் அறக்கருத்துக்களை நன்கறிந்திருந்த அந்த அறமன்றத்தார் முன்பாக அந்த ஓலையில் இருந்த செய்தியைப் படித்தார்.

ஓலையில் உள்ள செய்தியை அறிந்ததும் அந்த ஓலையில் கையொப்பமிட்டிருப்பவர் நம்பியாரூரரின் பாட்டனார்தானா என்னும் உண்மையை அறியவேண்டும். அவ்வாறு அறிந்தால் மட்டுமே அந்த ஓலையை நம்பியாரூரரின் பாட்டனார் எழுதிய ஓலை என்று அறியமுடியும். அதற்கு அந்தப் பாட்டனாரின் கையொப்பத்துடன் ஒப்பிட்டுப் பார்க்கவேண்டும். அதற்காக நம்பியாரூரரைப் பார்த்து அறமன்றத்தார், "இது உம்முடைய பாட்டனாரின் கையொப்பம்தானா?" எனப் பார்த்துச் சொல்லுங்கள் என்றனர்.

உடனே அந்த வேதியர் அதற்கு ஒப்புக்கொள்ளவில்லை. "இவனது பாட்டனாரின் கையொப்பம் எப்படி இருக்கும் என்பதை இவன் சொன்னால் ஏற்றுக்கொள்ள இயலாது. நம்பியாரூரரின் பாட்டனாரின் கையொப்பம் அமைந்த முந்தைய ஆவணத்துடன் ஒப்பிட்டுப் பார்த்து உங்கள் தீர்ப்பைச் சொல்லுங்கள்" என்றார். உடனே, அந்த அறமன்றத்தார் அந்த அவையில் உள்ள பழைய ஆவணக் காப்பகத்தில் உள்ள ஓலைகளைப் பார்த்து அந்த ஓலைகளில் நம்பியாரூரரின் பாட்டனாரின் ஓலையை எடுத்து அதனுடன் ஒப்பிட்டுப் பார்த்தனர். இரண்டு கையெழுத்தும் ஒன்றாக இருப்பதைக் கண்டனர். "அறமன்றம் தெளிவாக உணர்ந்து கொண்டது. வேறு சாட்சியோ ஒப்பீடோ தேவை இல்லை. இந்த வேதியர்க்கு நம்பியாரூரர் அடிமை" எனத் தீர்ப்பளித்தது. "அறமன்றத்தின் தீர்ப்பு இதுவென்றால் நானும் இந்தத் தீர்ப்புக்கு

உடன்படுகிறேன்" என்று நம்பியாரூரர் அந்தத் தீர்ப்பினை ஏற்றுக்கொண்டார்.

அறமன்றத்தார் மீண்டும் அந்த வேதியரைப் பார்த்து, "இந்தத் திருவெண்ணெய் நல்லூர்தான் உமது ஊர் என்று ஆவண ஓலையில் தெரிவிக்கப்பட்டுள்ளது. இங்கே வழிவழியாக நீர் வாழ்ந்து வரும் வீட்டினைக் காட்டுங்கள்" என்றனர். "முதுமைப் பருவத்தில் இருக்கும் நான் இதே ஊரில்தான் வாழ்ந்து வருகிறேன். எனது வீட்டை இதுவரை நீங்கள் பார்த்ததில்லை என்றால் நான் காட்டுகிறேன் வாருங்கள்" என்று அழைத்தார் வழக்கில் வெற்றிப் பெற்ற வேதியர். வேதியர் முன்னால் நடந்து சென்றார். அவரைத் தொடர்ந்து நம்பியாரூரர் நடந்தார். அவருக்குப் பின்னால் அறமன்றத்தாரும் மற்றவர்களும் சூழ்ந்து வந்தார்கள். திருவருள்துறைக் கோயிலுனுள் சென்றதும் வேதியர் மறைந்தார்.

'பூணூல் அணிந்த வேதியராய் வந்து நம்மை அடிமை செய்த வேதியர், நமது தெய்வமாகிய சிவபெருமான் கோயில் கொண்டுள்ள திருக்கோயிலுனுள் ஏன் சென்றார்?' என எண்ணியபடி நம்பியாரூரர் தனியாக அந்தக் கோயிலின் உள்ளே சென்றார். அங்கே சிவபெருமான் மாதொருபாகராக இடப வாகனத்தில் அமர்ந்து நம்பியாரூரருக்குக் காட்சியளித்தார். "முன்பு நீ என் தொண்டனாகத் திருக்கயிலாயத்தில் தொண்டு செய்தாய். பெண்மேல் கொண்ட விருப்பத்தின் காரணமாக இந்த மண்ணுலகில் பிறந்தாய். இல்வாழ்க்கை என்பது தொடர்ந்து பாசத்தில் ஆழ்த்தும் இயல்புகொண்டது. அதிலிருந்து உன்னை மீட்கவே வந்து தடுத்து ஆட்கொண்டேன்" என்று அருளினார்.

இந்த ஒலியைக் கேட்டதும் நம்பியாரூரர் மெய்சிலிர்த்தார். தாய்ப்பசுவின் கனைப்புச் சத்தத்தைக் கேட்டதும், கன்று துள்ளி எழுந்து ஓடுவதைப்போல் இறைவனது திருவடிகளில் ஓடிப்போய்ச் சரணம் அடைந்தார்.

நம்பியாரூரரைத் தடுத்து ஆட்கொண்டதன் வாயிலாகப் பண்டைத் தமிழ்நாட்டில் இருந்த அறமன்றத்தின் சிறப்பினையும், அங்கே அறம் வழங்குவதற்குப் பின்பற்றப்பட்ட அறிவியல்பூர்வமான நெறிகளையும் நாம் அறிந்துகொள்ள முடிகிறது. தமிழ் மக்கள் அறிவு நிலையில் உயர்ந்திருந்த உண்மையை உணர்த்துவதற்கு உணர்வுப்பூர்வமான பக்தி நெறியைச் சேக்கிழார் பயன்படுத்தியுள்ளார்.

◆

# வன்தொண்டன்

மறையவர் வேடத்தில் மறைந்து வந்து வாதிட்ட சிவனிடம் வன்மையான வார்த்தைகளால் வாதிட்டார் சுந்தரர். எனவே, அவரை வன்தொண்டர் என்று அழைத்தார் சிவபெருமான். "என்னை வழிபடுவதற்குப் பல வழிகள் இருந்தாலும் புகழ்ந்து பாடும் பாமாலையையே நான் உடனே ஏற்றுக்கொள்கிறேன். ஆகவே, சொல்லில் சிறந்த தமிழ்ச் சொல்லால் என்னைப் பாடுவாயாக" என்று இறைவன் கேட்டுக்கொண்டான்.

திருமாலும் பிரம்மனும் எவ்வளவோ முயன்றும் காணஇயலாத திருவடியையும் திருமுடியையும் கொண்டவன் சிவபெருமான். அந்தச் சிவபெருமான் சுந்தரருக்குத் திருக்காட்சி வழங்கியதுடன் தன்னைப் போற்றிப் பாடுமாறு கேட்டுக்கொண்டதும் சிவபெருமானின் திருவடிகளில் பணிந்து வணங்கினார் சுந்தரர்.

"இறைவா! நீ, மறையவன்போல் வந்து என்னை ஆட்கொள்ள நினைத்ததை அறியாதவன் நான். எனக்குப் பழம்பிறப்பை உணர்த்தி என்னை ஏற்றுக்கொண்ட அமுதம் போன்ற இறைவா! எல்லாக் குணங்களையும் ஒன்றாய்க் கொண்டே கடலே! உன்னையே அறியாத நான் எந்த அறிவினால் உன்னைப் போற்றிப்பாடுவேன்!" என்று பணிந்து நின்றார் சுந்தரர்.

"என்னோடு வழக்கிடும்போது நீ, என்னைப் 'பித்தா' என்று அழைத்தாய்! எனவே, எனது பெயரைப் பித்தன் என்றே எண்ணிக்கொண்டு பாடு" என்றான் இறைவன்.

**அன்பனை அருளின் நோக்கி**
**அங்கணர் அருளிச் செய்வார்**

முன்பு எனைப் பித்தன் என்றே
மொழிந்தனை ஆதலாலே
என்பெயர் பித்தன் என்றே
பாடுவாய் என்றார் நின்ற
வன்பெருந் தொண்டர் ஆண்ட
வள்ளலைப் பாடலுற்றார் (219)

மூன்று கண்களைக் கொண்ட சிவனைப் 'பித்தா' என்றே அழைத்துப் பாடத் தொடங்கினார். சுந்தரர் பாடிய தமிழிசையில் மனத்தைப் பறிகொடுத்த சிவன் தொடர்ந்து தமிழிசையில் தன்னைப் போற்றிப் பாடுமாறு கேட்டுக்கொண்டான்.

சுந்தரரின் திருமண வாழ்க்கை தொடங்கவில்லை. அதற்கு முன்பாகவே அது இறைவனால் தடுக்கப்பட்டுவிட்டது. இறைப்பணியைத் தன் பணியாக ஏற்றுக்கொண்டார் சுந்தரர். சுந்தரரின் திருமணம் தடுக்கப்பட்டது என்றால் சடங்கவி சிவாச்சாரியாரின் திருமகளின் திருமணமும் தடுக்கப்பட்டது என்று பொருள். மணமேடையில் சுந்தரருடன் அமர்ந்திருந்த அந்தத் திருமகள் வேறு ஒருவரைத் திருமணம் செய்துகொள்ளவில்லை. தமது வாழ்நாள் முழுவதும் சுந்தரரை நினைத்தபடியே வாழ்ந்து மறைந்தார்.

சுந்தரர் அங்கிருந்து புறப்பட்டுத் திருநாவலூர் வந்து சேர்ந்தார். தனது வாழ்க்கையில் திருமண வாழ்க்கை முடிந்துவிட்டது என்னும் எண்ணம் அவரிடமும் தோன்றியது. திருநாவலூரில் கோயில் கொண்டுள்ள சிவபெருமானைப் போற்றிப் பாடிய பின்னர் அவர் துறையூருக்குச் சென்று பாடினார். சிவனை நோக்கித் தன்னைத் தவநெறி கொண்டவனாக மாற்றி அருள்புரியுமாறு வேண்டிப் பாடினார். மலையார் அருவி என்னும் இத்திருப்பதிகத்தைப் பாடியதும் இறைவன் சுந்தரருக்குத் தவநெறியை அருளினான். துறையூரிலிருந்து மேலும் பல ஊர்களுக்குச் சென்று பதிகங்கள் பாடிய சுந்தரர், சிதம்பரத்திற்குப் போக விரும்பினார். தென்பெண்ணை ஆற்றைக் கடந்து திருவதிகை என்னும் ஊரினை அடைந்தார்.

திருநாவுக்கரசர் உழவாரப் பணிசெய்த ஊர் திருவதிகை. அந்த ஊரினைக் காலால் மிதிப்பது பாவம் எனக் கருதிய சுந்தரர், திருவதிகைக்குள் செல்லாமல் சித்தவட மடத்தில் தங்கினார்.

✧

# தலைமேல் கால்

கதிரவன் மேல்திசையில் மறைந்தான். மடத்தில் தங்கிய சுந்தரரும் அவருடன் வந்த அடியார்களும் அந்தச் சித்தவட மடத்தில் உறங்கினர். திருவதிகைக்கு வடக்குப் பக்கத்தில் வீற்றிருக்கும் வீரட்டானத்து இறைவனை மனத்தில் சிந்தித்தபடி உறங்கிக் கொண்டிருந்தார்.

வீரட்டானத்தில் கோயில் கொண்டுள்ள சிவபெருமான் வயது முதிர்ந்த வேதியர் உருவத்தில் வந்து அந்தச் சித்தவட மடத்தில் படுத்து உறங்கினார். அவ்வாறு உறங்கிய அவரது கால்கள் சுந்தரரின் தலையில் பட்டன. தலையில் கால்பட்டதால் தூக்கம் கலைந்த சுந்தரர் அந்த வேதியரைப் பார்த்து, "உமது கால் எனது தலையில் படுகிறது" என்றார். அதற்கு அந்த முதியவர், "வயது மூத்ததால் என்னை அறியாமல் கால் பட்டுவிட்டது" என்று தெரிவித்தார்.

அந்த முதியவர் கால்நீட்டிப் படுப்பதற்கு எந்த இன்னலும் வேண்டாம் என்று நினைத்த சுந்தரர் வேறுபக்கமாகத் தலையை வைத்துக்கொண்டு உறங்கினார். மீண்டும் அந்த முதியவரின் கால்கள் சுந்தரரின் தலையில் பட்டன. உறக்கத்திலிருந்து மீண்டும் விழித்த சுந்தரர், "மீண்டும் மீண்டும் என் தலையில் உமது கால் படுகிறதே! இவ்வாறு செய்யும் நீர் யார்?" என்று கேட்டார். வேதியர் வடிவத்திலிருந்த திருவீரட்டானத்து இறைவன், "என்னை நீ இன்னும் அறியவில்லையா?" என்று தனது திருவுருவத்தைக் காட்டி உடனே மறைந்தான். திருமண விழாவின்போது கையால் தடுத்து ஆட்கொண்ட இறைவன் இன்று தனது திருக்காலால் ஆட்கொண்ட தன்மையை மனத்தில் எண்ணி மகிழ்ந்தார்.

திருவீரட்டானத்து இறைவன்மேல், சித்தவட மடத்திலிருந்த படியே திருப்பதிகம் பாடி அருளினார் சுந்தரர். மறுநாள் காலையில்

தென்கங்கை எனப் போற்றிப் புகழப்படும் கெடில நதியில் நீராடினார் சுந்தரர். கெடில நதியின் தென்கரை வழியாகச் சென்ற சுந்தரர் திருமாணி குழி என்னும் ஊரினை அடைந்தார். சிவபெருமானைத் திருமால் வழிபட்ட தலம் இந்தத் திருமாணி குழி. அங்கே சென்று இறைவனைப் புகழ்ந்தார். அங்கிருந்து புறப்பட்டு, சிதம்பரம் நோக்கி நடந்தார் சுந்தரர்.

சிதம்பரத்தை 'தில்லை வனம்' என்றே கூறுவர். தில்லை மரங்கள் நிறைந்த பகுதி என்பதால் அது தில்லை வனம் எனப்பட்டது. தில்லை மரத்துடன் வேறு பல மரங்களும் நிறைந்திருந்ததை நேரில் கண்டவர் சேக்கிழார். அந்த மரங்களைத் தனது திருப்பாடலில் அவர் வழங்கியுள்ளார்.

புன்னை மரம், மாமரம், மகிழ மரம், சரள மரம், தென்னை மரம், இலவங்க மரம், நாரத்தை மரம், கமுக மரம், குங்கும மரம், வாழை மரம், இலுப்பை மரம், வஞ்சி மரம், வன்னி மரம், கொன்றை மரம், சுரபுன்னை மரம், சண்பக மரம், சந்தன மரம், பலாச மரம், செருந்தி மரம், மந்தார மரம், கோங்கு மரம், குரா மரம், கற்பக மரம், பாதிரி மரம், வில்வ மரம் முதலான மரங்கள் அங்கே நிறைந்து காணப்பட்டன. அந்த மரங்கள் மேகக்கூட்டத்தைத் தாங்கி நிற்பதைப்போல் உயரமாக வளர்ந்திருந்தன.

தில்லையில் மணம் தரும் மலர்கள் நிறைந்த நந்தவனங்களும் நிறைந்து காணப்பட்டன. சிறு சண்பக மலர், முல்லை மலர், மல்லிகை மலர், நந்தியாவர்த்த மலர், அலரி மலர் முதலான மலர்கள் மலர்ந்துள்ள செடிகளும் கொடிகளும் அங்கே வளர்ந்திருந்தன. இந்த வனங்களையும் நந்தவனங்களையும் பார்த்து மகிழ்ந்த சுந்தரர், சிதம்பரத்தின் எல்லையில் அமர்ந்திருந்த திருமதிலையும் அதனைச் சூழ்ந்திருந்த அகழியையும் கண்டார். சிதம்பரம் நகரின் நாற்புறமும் அமைந்துள்ள திருவாயில்களில் வடக்குப் பக்கமாக அமைந்திருந்த திருவாயிலை அடைந்த சுந்தரரைச் சிவனடியார்கள் வந்து வணங்கினர். அடியார்களும் சுந்தரரும் ஒரே நேரத்தில் வணங்கினர் என்று சேக்கிழார் தெரிவித்துள்ளார்.

அன்பின் வந்து எதிர் கொண்ட சீரடியார்
அவர்களோ நம்பி ஆரூரர் தாமோ
முன்பு இறைஞ்சினர் யாவர் என்று அறியா
முறைமையால் எதிர் வணங்கி மகிழ்ந்து
பின்பு கும்பிடும் விருப்பின் நிறைந்து
பெருகு நாவல் நகரார் பெருமானும்

பொன் பிறங்கு மணி மாளிகை நீடும்
 பொருவிறந்த திருவீதி புகுந்தார் (244)

என்னும் அடிகளில் யார் முதலில் வணங்கியது, யார் பின்னர் வணங்கியது எனத் தெரியாத வண்ணம் அனைவரும் ஒரே நேரத்தில் வணங்கியதாகத் தெரிவித்துள்ளார் சேக்கிழார். இதன் வாயிலாக இறைவனின் அடியார் அனைவரும் பணிவு என்னும் பண்புடன் அந்தக் காலத்தில் விளங்கியதை அறிந்துகொள்ள முடிகிறது.

# தம்பிரான் தோழர்

தில்லையின் தெருக்களில் கலையின் ஒலியும் இறையின் ஒலியும் எங்கும் நிறைந்திருக்கும். குபேரன் குடியிருப்பதைப் போன்ற செல்வ மாளிகைகள் ஒவ்வொரு வீதியிலும் காணப்படும். ஏழு கோபுரங்கள் கொண்ட தில்லையின் கோபுர நிலைகளில் மயில்கள் நடனமாடும். தண்ணீர்ப் பந்தலும் உணவு வழங்கும் இடங்களும் அங்கே காணப்பட்டன. இவ்வளவு சிறப்புமிக்க தில்லையின் வீதி வழியே நம்பியாரூரர் நடந்து சென்றார்.

தேவர்களும் தேவகணங்களும் சிவனை வணங்குவதற்கு வரிசையாக நிற்பதுபோலவும் அவர்களை நந்திதேவர் கையில் பிரம்புகொண்டு வரிசைப்படுத்துவது போலவும் சிற்பங்களைத் தாங்கிய கோபுர வாயிலைக் கண்டு வணங்கினார் நம்பியாரூரர். அதன்பின்னர், தில்லைத் திருக்கோயிலைச் சுற்றி வலம்வந்து சிற்றம்பலத்துள் புகுந்தார். தில்லைக் கூத்தனின் திருநடனத்தைக் கண்டு பதிகம் பாடினார். கண்ணார இறைவனைக் கண்டு நம்பியாரூரர் மகிழ்ந்து இருந்த வேளையில் வானில் ஓர் ஒலி எழுந்தது. 'திருவாரூருக்கு வருக' என்னும் அந்த ஒலியைக் கேட்டதும் அடியார் சூழ்ந்துவர நம்பியாரூரர் திருவாரூருக்குப் புறப்பட்டார்.

திருவாரூர் போகும் வழியில் சீர்காழிக்கு வந்து சேர்ந்தார் நம்பியாரூரர். திருஞானசம்பந்தர் அவதரித்தத் திருத்தலத்தைக் காலால் மிதிப்பது பாவம் என்று உணர்ந்த அவர், சீர்காழிப் பகுதிக்குச் செல்லாமல் சென்றார். நம்பியாரூரர் தன்னை வந்து வணங்காமல் செல்வதைக் கண்ட தோணியப்பருக்குத் தாங்கவில்லை. திருஞானசம்பந்தன் மேல் கொண்ட அன்பின்

காரணமாகவே செல்கிறார் என்பதை, எல்லாவற்றையும் அறியும் ஆற்றல்கொண்ட ஈசன் அறிந்துகொண்டான். எனவே, அவருக்குத் திருக்காட்சி வழங்குவதற்காகச் சீர்காழியின் எல்லைக்கே சென்று உமாதேவியாருடன் திருக்காட்சி வழங்கினான் சிவன்.

கயிலை மலையில் காட்சிக் கொடுக்கும் சிவனைப்போல் சீர்காழியில் காட்சிக் கொடுக்கும் சிவபெருமானின் திருக்காட்சியைக் கண்ட நம்பியாரூரர் நெஞ்சம் மகிழ்ந்தார். தோணியப்பரின் திருக்கருணையைப் பதிகமாகப் பாடி அருளினார். ஊழிக்காலத்தில் அழியாதப் பெருமைகொண்டது சீர்காழி. அந்தச் சிறப்பைப் பாடிய பின் திருவாரூருக்குப் புறப்பட்டார். அங்கிருந்து திருக்கோலக்கா, திருப்புன்கூர், மயிலாடுதுறை, அம்பர் மாகாளம், திருப்புகலூர் ஆகிய ஊர்கள் வழியாகத் திருவாரூர் வந்து சேர்ந்தார்.

நம்பியாரூரர் திருவாருக்கு வருகின்ற செய்தியைச் சிவபெருமான் அடியார்களின் கனவில் தெரிவித்தார். அடியார்கள் அனைவரும் நம்பியாரூரருக்கு வரவேற்பு ஏற்பாடுகளைச் செய்தனர். மாளிகைகளிலும் தெருக்களிலும் மாவிலைத் தோரணங்கள் கட்டினர். மாளிகை வாயில்களில் குலை வாழையையும் கமுகம் பாளையையும் கட்டினர். திண்ணைகளைச் சந்தனத்தால் மெழுகினர். பொரியையும் பொன் துகள்களையும் கலந்து பரப்பினர். மலர் மாலைகளால் பந்தல்களில் தோரணங்கள் அமைத்தனர். வீதிகளில் தூசு அடங்குமாறு நறுமண நீரைத் தெளித்தனர். மங்கல வாழ்த்தொலிகள் எங்கும் பாடப்பட்டன. பெண்கள் நாட்டியம் ஆடினர். திருவாரூர் எல்லைக்கு அனைவரும் வந்து நம்பியாரூரரை வரவேற்றனர். அடியார்களின் வரவேற்பை ஏற்று அவர்களைக் கைகுவித்து வணங்கினார். புற்றிடங்கொண்ட ஈசன்மேல் திருப்பதிகம் பாடியபடியே கோயிலை அடைந்தார். உடலின் ஐந்து உறுப்புகளும் தரையில் படும்படியாக வீழ்ந்து வணங்கினார். ஐந்து உறுப்புகள் என்பவை கைகள் இரண்டும் கால்கள் இரண்டும் தலை ஒன்றும் என்னும் ஐந்து உறுப்புகள் ஆகும். இந்த ஐந்து உறுப்புகளும் தரையில் பட்டால் உடலின் அனைத்துப் பகுதிகளும் தரையில் பட்டதுபோல் ஆகும். எனவே, ஐந்து உறுப்புகளும் தரையில் பதியுமாறு என்று பாடியுள்ளார் சேக்கிழார்.

**வானுற நீள்திரு வாயில் நோக்கி**
**மண்ணுற ஐந்துறுப்பால் வணங்கித்**
**தேனுறை கற்பக வாச மாலைத்**
**தேவாசிரியன் தொழுதிறைஞ்சி**

> ஊனும் உயிரும் உருக்கும் அன்பால்
> உச்சி குவித்த செங்கைகளோடும்
> தூநறுங் கொன்றையான் மூலட்டானம்
> சூழ்திரு மாளிகை வாயில் புக்கார்     (270)

என்னும் அடிகளில் நம்பியாரூரர் புற்றிடங்கொண்ட ஈசர் உறைந்திருக்கும் திருக்கோயிலுக்குச் சென்ற முறைமை விளக்கப்பட்டுள்ளது.

இறைவனைப் பார்த்ததும் நம்பியாரூரரின் உள்ளத்தின் அன்பு பெருகியது. மெய், வாய், கண், மூக்கு, செவி என்னும் ஐம்புலன்களையும் இறைவன்பால் செலுத்தி இன்னிசைத் தமிழ்ப் பாடல்களைப் பாடத் தொடங்கினார்.

நம்பியாரூரரின் திருப்பாடல்களைக் கேட்ட சிவபெருமான் மகிழ்ந்தான். அப்போது வானத்தில் ஓர் ஒலித் தோன்றியது. 'என்னை உனக்குத் தோழனாகத் தந்தேன். திருநாவலூரில் உன்னை நான் தடுத்து ஆட்கொண்டேன். அப்போது நீ கொண்டிருந்த திருமணக் கோலத்தில் உனது இல்லற இன்பம் தீரும்வரை விளையாடு' என்று அந்த ஒலித் தெரிவித்தது. புற்றிடங்கொண்ட ஈசனை வணங்கிய நம்பியாரூரர் இறைவனின் தனிக்கருணையைப் பெரிதும் வியந்தார். அங்கிருந்து சென்று வீதி விடங்கனை வணங்கினார். அன்று முதல் அடியார் திருக்கூட்டத்தைச் சேர்ந்தவர்கள் அனைவரும் நம்பியாரூரரைத் தம்பிரான் தோழர் என்றே அழைத்தனர்.

# பரவையார்

திருக்கயிலாயத்தில் உமா தேவிக்குத் தொண்டு செய்து வந்தவர்கள் கமலினி, அநிந்திதை என்போர். திருக்கயிலாயத்திலிருந்து பூமியில் சுந்தரர் திருஅவதாரம் செய்தபோது கமலினி திருவாரூரில் பரவை என்னும் பெயரில் தோன்றினார். திருவாரூரில் பரத்தையர் குலத்தில் தோன்றிய அவர் புற்றிடங்கொண்ட ஈசருக்குத் தொண்டு செய்வதைப் பணியாகச் செய்து வந்தார். பரத்தையர் குலத்தில் பெண்குழந்தைப் பிறந்தால் அந்தக் குழந்தையைச் சீராட்டி வளர்ப்பார்கள். அந்த வகையில் இந்தப் பரவையாரை ஒவ்வொரு பருவத்திற்கும் உரிய விழாக்களை நடத்தி வளர்த்தார்கள். நாளொரு மேனியும் பொழுதொரு வண்ணமுமாக வளர்ந்து வந்த பரவை, இளமை பொங்கும் பெண்ணாக வளர்ந்து வந்தாள்.

புற்றிடங்கொண்ட ஈசனை வணங்குவதற்காகப் பரவையார் ஒருநாள் தோழியருடன் சென்றாள். சிலம்பணிந்த அவளது பாதங்கள் நடக்கும்போது சிலம்புகள் இசைத்தன. இடுப்பில் அணிந்திருந்த மணிமேகலையானது அவளது நடைக்கு ஏற்ப இடுப்பு அசையும்போது ஒலித்தது. மேகத்தை மிஞ்சும் கருநிற வண்ணத்துடன் அவளுடைய கூந்தல் விளங்கியது. அழகுக்கு அழகாய் விளங்கும் பரவையை நம்பியாரூரர் கண்டார். பரவையைப் பார்த்ததும் அதிசயத்தைக் கண்டவர்போல் திகைத்து நின்றார்.

கற்பகத்தின் பூங்கொம்போ
 காமன்தன் பெருவாழ்வோ
பொற்புடைய புண்ணியத்தின்
 புண்ணியமோ புயல் சுமந்து
விற் குவளை பவள மலர்
 மதி பூத்த விரைக் கொடியோ

அற்புதமோ சிவன் அருளோ
அறியேன் என்று அதிசயித்தார் [286]

என்று நம்பியாரூரர் மயங்கியத் தன்மையைச் சேக்கிழார் பாடியுள்ளார். மூவுலகத்தில் உள்ளவர்களும் கண்டு களிப்படையும் வகையில் ஒரு பெண்ணை உருவாக்கிட நான்முகன் விரும்பினான். ஆனால், அவ்வாறு அவனால் உருவாக்க இயலவில்லை. எனவே, தனது உள்ளத்தில் உருவாகியிருந்த அந்த உருவத்தை ஒரு பெண்ணாக இங்கே அனுப்பிவிட்டான் என்று பிரம்மனாலும் படைக்க முடியாத பேரழகி பரவையார் என்று குறிப்பிட்டுள்ளார் சேக்கிழார்.

பரவையின் விழிகள் நீள் விழிகள். அந்த விழிகள், அழகியத் திருமணக்கோலத்தில் காட்சியளிக்கும் சுந்தரரை இறையருளால் கண்டன. இதுவரை யார்மேலும் தோன்றாத அன்புப் பெருக்கு அவரைப் பார்த்ததும் பரவையாரிடம் தோன்றியது. அச்சம், மடம், நாணம், பயிர்ப்பு என்னும் நான்கு குணங்களும் பெண்களுக்குப் பாதுகாப்பு. இந்தப் பாதுகாப்பு, சுந்தரரைக் கண்டதும் பறந்தோடிவிட்டது. சுந்தரரை மீண்டும்மீண்டும் தன் கண்களால் பருகினாள் பரவை.

சுந்தரரின் மேனி சிவப்பு நிறம் கொண்டது. அந்த மேனியில் ஒளி வீசியது. அந்த ஒளிப் பொருந்திய மேனியைப் பார்த்ததும் பரவைக்கு இதுவரை ஏற்படாத காதல் தோன்றியது. தோன்றிய காதல் மிகுந்ததால் அவளிடம் இருந்த அச்சம், மடம், நாணம், பயிர்ப்பு என்னும் நான்கு குணங்களும் விட்டு விலகின. மீண்டும் மீண்டும் அவளது கண்கள் சுந்தரரின் அழகைப் பருகின. அழகியத் தோற்றத்தைக் கொண்ட இவன் முருகனோ? மன்மதனோ? தேவலோக விஞ்சையனோ? சிவனருளைப் பெற்ற அடியவனோ? என ஐயம் கொண்டாள். மேலும், அந்த இடத்தில் நின்றால் தனது காதலைக் கட்டுப்படுத்த இயலாது என்று எண்ணிய அவள் அங்கே நிற்காமல் சிவபெருமானை வணங்குவதற்காகக் கோயிலினுள் சென்றாள்.

பரவை அங்கிருந்து சென்ற பின்னும் அவளது உருவம் சுந்தரரின் கண்களைவிட்டு அகலவில்லை. அவள் யார் எனத் தெரிந்துகொள்ள விரும்பினார். அருகில் இருந்தவர்களிடம், "மயில்போல் அழகும் கோவைப்பழம்போல் இதழும் கொடிபோல் இடையும் கொண்ட இவள் யார்?" என்று கேட்டார். அதற்கு அவர்கள், "இவளது பெயர் பரவை. தேவர்களும் நெருங்க முடியாத சிறப்புப் பெற்றவள், தேவலோகத்தைச் சேர்ந்த ரம்பை, ஊர்வசி,

திலோத்தமை முதலான அழகியரும் வணங்கும் தன்மை கொண்டவள்" எனத் தெரிவித்தனர். அதைக் கேட்டதும் சுந்தரருக்கு அவள்மேல் காதல் அதிகமானது. 'இவள்மேல் நான் கொண்டிருக்கும் காதலானது ஏழு கடல் அளவுகொண்டது' என்று நினைத்தபடி சுந்தரரும் கோயிலினுள் சென்றார்.

கோயிலின் உள்ளே சுந்தரர் போவதற்குள் புற்றிடங்கொண்ட ஈசனை வணங்கிவிட்டு, பரவையார் வேறு வழியாகப் போய்விட்டார். கோயிலினுள் பரவையைக் காணாமல் தவித்தார் சுந்தரர். தனது காதலைப் புற்றிடங்கொண்ட ஈசனிடம் வேண்டிக்கொண்டார். அந்த அன்னப் பறவைபோன்ற பரவை – சிவந்த வாய்கொண்ட பரவை வெண்பற்கள் கொண்ட பரவை – என் உயிர்ப்போன்ற பரவை எந்த வழியாகப் போயிருப்பாள் என்று தேடினார்.

பாசம் என்னும் பற்றினை அறுப்பவன் ஈசன். அந்த ஈசன்மேல் கொண்ட ஆசையுடன் காதல் என்னும் ஆசையையும் இறைவன் எனக்குத் தந்துவிட்டான். அந்த இறைவனின் அருளால் எனக்குத் தோன்றிய காதலைத் தந்த பரவை எங்கே என்று சுந்தரர் தேடினார்.

தேவர்களுக்குத் தலைவன் ஆகிய சிவபெருமானின் திருவடிகளை மட்டும் பற்றிப் பிடித்து வணங்கும் என் மனத்துள் இன்று காதல் பற்றுத் தோன்றிவிட்டதே! இந்தக் காதல் நோயினைத் தந்த அந்தக் கற்பகக் கொடிபோன்ற பரவை எந்த வழியாகச் சென்றாள் என்று சுந்தரர் பார்த்தார்.

இந்த உலக வாழ்க்கையையும் இந்த உலக வாழ்க்கை நிறைவடைந்ததும் வீடுபேற்றையும் தரும் சிவனது திருப்பாதத்தைச் சிந்தித்துக்கொண்டிருக்கும் என் மனத்தை மயக்கிய – மானின் மருண்ட பார்வையால் என்னை மயக்கிய பரவை எந்த வழியாகச் சென்றாள் என்று சுந்தரர் தேடினார்.

மார்பின் இடையே தவழும் முத்துமாலையை அணிந்த அந்தப் பரவை – மணம் கமழும் நீண்ட கூந்தலைக் கொண்ட அந்தப் பரவை – என் உயிரைக் கவர்ந்த அந்தப் பரவை எங்கே என்று தேடிய சுந்தரர் தேவாசிரிய மண்டபத்திற்கு வந்தார்.

இறைவன் அருளால் எனது உள்ளத்தைக் கவர்ந்த கருங்குவளை மலர்போன்ற கண்களைக் கொண்ட அந்தப் பரவையை இறைவனே எனக்குத் தந்து எனது உயிரை மீட்டுத் தருவார் என்று எண்ணினார் சுந்தரர். யாருடனும் எதுவும் பேசாமல் அந்தத் தேவாசிரிய மண்டபத்திலேயே அமர்ந்திருந்தார். அப்போது சூரியன் கடலில்

மறைந்தான். பறவைக் கூட்டங்கள் பகல் முழுவதும் இரைத்தேடி உண்டுவிட்டு, கூடுநோக்கிப் பறந்தன. தனியாக இருக்கும் காதலனும் காதலியும் துன்பம் அடையுமாறு மாலைக் காலம் வந்தது.

பஞ்சினை விடவும் மெல்லிய அடிகளைக்கொண்ட பெண்களின் மனத்தில் இருப்பதை யாராலும் அறிந்துகொள்ள முடியாது. அது இருள் சூழ்ந்ததுபோல் காணப்படும். நெஞ்சில் வஞ்சம்கொண்ட மனிதர்களின் தீமை தரும் செயலையும் யாரும் அறிந்துகொள்ள முடியாது. அதுவும் இருள் சூழ்ந்ததுபோல் காணப்படும். 'நம சிவாய' என்னும் ஐந்தெழுத்து மந்திரத்தை உணராத அறிவில்லாதவர்களின் மனமும் இருள் சூழ்ந்ததுபோல் காணப்படும். இத்தகைய இருளை உலகுக்கு வழங்கி எங்கும் இருள் சூழ்ந்தது.

> பஞ்சின் மெல்லடிப் பாவையர் உள்ளமும்
> வஞ்ச மாக்கள்தம் வல்வினையும் அரன்
> அஞ்செழுத்தும் உணரா அறிவிலோர்
> நெஞ்சும் என்ன இருண்டது நீண்ட வான்          [305]

என்று வானத்தில் இருள்சூழ்ந்த தன்மையைச் சேக்கிழார் பாடியுள்ளார். இரவு வந்தால் வெண்ணிலா தோன்றுவது இயல்புதான். வெண்ணிலாப் புன்னகைப் பூவினைச் சொரிந்தபடித் தோன்றியது.

> மறுவில் சிந்தை வன்தொண்டர் வருந்தினால்
> இறு மருங்குலார்க்கு யார் பிழைப்பார் என்று
> நறுமலர்க் கங்குல் நங்கை முன் கொண்ட புன்
> முறுவல் என்ன முகிழ்த்தது வெண்ணிலா          [306]

இறைவன் மேல் பற்றுக்கொண்டு திருப்பாடல்களைப் பாடி வணங்கும் சுந்தரரையே இந்தக் காதல்நோய் இவ்வளவு துன்பப்படுத்துகிறது என்றால், இடை தாங்கமுடியாத அளவிற்குக் கனத்த மார்பகங்களைக் கொண்ட பெண்கள்மேல் கொண்ட காதலிலிருந்து யாரும் தப்பிப் பிழைக்க முடியாது என்று இரவுப் பெண்ணானவள் சிரிப்பதுபோல் வெண்ணிலாத் தோன்றியது என்று பாடியுள்ளார் சேக்கிழார். இங்கே இரவைப் பெண்ணாக உருவகப்படுத்தியதால் அந்த இரவுப் பெண்ணும் ஆண்கள்கொண்ட காதலைப் பார்த்துச் சிரிக்கிறாள் என்பதை இந்தப் பாடல் உணர்த்துகிறது.

மற்றவர்களின் கைப்பட்டால் குலப்பெண்கள் வருந்துவார்கள். காதலனின் கைகள் பட்டால் உடலாலும் உள்ளத்தாலும் மகிழ்ச்சி கொள்வார்கள். அதைப்போலக் கதிரவனின் கைகள் பட்டதால் வாடிய ஆம்பல் மலர்கள் நிலவின் கைகள் பட்டதும் மகிழ்ச்சியோடு இரவில் மலர்ந்தன.

உலகிலுள்ள உயிர்கள் அனைத்தும் தூய மனம்கொண்டு வாழவேண்டும் என்று உணர்த்துவதுபோல் வெண்ணிலா வெண்ணிறத்துடன் விளங்கியது. தூயமனம் இருந்தால் இன்பமும் குளிர்ச்சியும் தோன்றும் என்பதை விளக்குவதுபோல் வெண்ணிலா இன்பத்தையும் குளிர்ச்சியையும் வழங்குகிறது. சிவபெருமானின் திருநீற்றின் பெருமையை உலகம் முழுவதும் உணர்த்துவதுபோல் வெண்ணிற வடிவில் வானத்தில் வெண்ணிலாத் தோன்றியது.

குளங்களில் இரைத் தேடும் பறவைகளின் ஆரவாரம் இரவு வந்ததால் கேட்கவில்லை. இரவின் அமைதி எங்கும் படர்ந்திருந்தது. அந்த இரவுநேரத்தில் பரவையார் கொடுத்தக் காதல் நோயினால் சுந்தரர் தனிமைத் துயரில் வாடினார். சிவபெருமானின் நெற்றிக் கண்பட்டு உயிரிழந்த காமன் மீண்டும் உயிர்ப்பெற்று வந்து என்மேல் மலர் அம்புத் தொடுத்து என்னைக் காதல் தீயில் வாட்டுகிறான். காதல் தீயில் வாடும் என் உள்ளம், மேலும் வாடும் வகையில் குளிர்ச்சியைத் தரும் நிலவும் நெருப்பை அள்ளிக் கொட்டுகிறது. அடுத்துஅடுத்து அலைக்கரங்களை நீட்டும் கடலே! நீ, என்னைத் தடுத்து ஆட்கொண்ட இறைவனுக்கே அன்று நஞ்சினைக் கொடுத்தாய்! இன்று அதே நஞ்சினை எனக்கும் காதல் நோயுடன் தருகின்றாயோ? பொதிகை மலையில் பிறந்த தென்றலே! உன்னைத் தமிழ்த் தென்றல் என்றுதான் நாங்கள் போற்றுகிறோம். நீ எங்கள் செந்தமிழ்நாட்டின் நீர்நிலைகளில், தவழ்கிறாய்! எங்கள் தமிழின் இனிமையையும் எங்கள் நதிகளின் குளிர்ச்சியையும் பெற்ற நீ, இந்தக் கொடிய நெருப்பினை என்மேல் கொட்டுவதற்கு எங்கே கற்றுக்கொண்டாய்!

> **பிறந்தது எங்கள் பிரான் மலயத்திடை**
> **சிறந்து அணைந்தது தெய்வ நீர் நாட்டினில்**
> **புறம் பணைத்தடம் பொங்கு அழல் வீசிட**
> **மறம் பயின்றது எங்கோ தமிழ் மாருதம்** (313)

என்று நிலவையும் கடலையும் தென்றலையும் பார்த்துத் தமது காதல் துன்பத்தைத் தெரிவித்தார் சுந்தரர்.

✧

## பரவையின் காதல்

சுந்தரரின் காதல் உணர்வு இவ்வாறு இருக்கையில் பரவையாரின் எண்ணமும் காதல் வயப்பட்டு நின்றது. தியாகேசரின் திருக்கோயிலில் சுந்தரரைக் கண்ட பரவையாரின் மனம் அவரது பின்னால் சென்றது. அவள் தனது தோழியருடன் மாளிகையை அடைந்தாள். அவளது நடை தளர்ந்தது. அவளது மனநிலையை உணர்ந்தவைபோல் சிலம்புகள் மெதுவாக ஒலித்தன. சுந்தரரின் திருமேனியைப் பார்த்த அவளால் வேறு யாருடனும் பேசமுடியவில்லை. மாளிகையின் மேல்புறத்திற்குச் சென்று நிலாமுற்றத்தில் அமர்ந்தாள்.

பார்த்தவுடன் தன் மனத்தைக் கொள்ளைகொண்ட அந்தச் சுந்தரத் திருமேனியான் யார் என்று அறிந்துகொள்ளும் எண்ணம் பரவைக்குத் தோன்றியது. எனவே, தனக்கு அருகில் இருந்த அந்தரங்கத் தோழியைப் பார்த்து, "நாம் தியாகேசனை வணங்கி வரும்போது நம் எதிரில் வந்த அந்தச் சுந்தரன் யார்?" என்று கேட்டாள். அதற்கு அந்தத் தோழி, "சிவபெருமான் என்னும் ஒருவன் இரண்டாம் வேடம் கொண்டதுபோல் பூமியில் அந்தணராய் அவதரித்தவர். அவருக்கு மாறுபட்ட நிலையில் இருப்பவர்போல் சிவபெருமானே பூமிக்கு வந்து அவரால் தடுத்து ஆட்கொள்ளப்பட்டவர். சைவத்தின் பெருமையை நிலைநாட்டிட வந்தவர். சிவனுக்கே தோழன் ஆனவர்" என்று கூறினாள்.

சிவபெருமானின் திருத்தொண்டர் என்ற சொல்லைக் கேட்டதும் பரவைக்கு அவர்மேல் காதல் பெருகியது. "அவர் என் தியாகேசனின் உறவானவர்" என்று புலம்பினாள். அவளிடம் இயல்பாக இருந்த அச்சம், மடம், நாணம், பயிர்ப்பு என்னும்

நான்குவகைக் குணங்களும் நீங்கின. தனது உயிரைத் தாங்கியிருப்பதும் பாரம் என்று இடை தயங்குவதுபோல் இருந்த அவள் பெருமூச்சுவிட்டு மஞ்சத்தில் சாய்ந்தாள்.

பரவையின் மேனி கொதித்தது. பரவையின் உள்ள நிலையையும் உடல்நிலையையும் பார்த்த தோழிப் பெண்கள், அவளது மேனி குளிரட்டும் என்று சந்தனம் பூசினர்; குளிர்ந்த பன்னீரைத் தெளித்தனர்; இளந்தளிர்களை அருகில் பரத்தி வைத்தனர். இவ்வாறெல்லாம் பரவையாரின் காதல் வெப்பத்தைத் தணிப்பதற்காக அந்தத் தோழிப்பெண்கள் செய்தவை எல்லாம் பரவையாரின் காதல் வெப்பத்தில் நெய்யைச் சொரிந்ததுபோல் அதிகமாக்கினவே அல்லாமல் சிறிதும் காதல்நோய்க் குறையவில்லை. இவ்வாறு குறையாது பெருகும் காதல் வெப்பத்திற்கு மேலும் தீனிப் போடுவதுபோல் மன்மதன் வந்து தனது கரும்பு வில்லிலிருந்து மலர் அம்புகளைப் பரவைமேல் தொடுத்தான்.

> ஆர நறுஞ் சேறாட்டி அரும்பனிநீர் நறுந்திவலை
> அருகு வீசி
> ஈர இளந்தளிர் குளிரி படுத்து மடவார் செய்த
> இவையும் எல்லாம்
> பேரழலில் நெய் சொரிந்தால் ஒத்தன மற்று அதன்மீது
> சமிதை அன்ன
> மாரனும் தன் பெருஞ்சிலையின் வலி காட்டி மலர் வாளி
> சொரிந்தான் வந்து [319]

என்னும் பாடல் வாயிலாகப் பரவையார் அனுபவித்தக் காதல் துன்பத்தைப் படம்பிடித்துக் காட்டியுள்ளார் சேக்கிழார். சமிதை என்பதனைச் சமித்து என்பார்கள். வேள்வித் தீயில் அத்தீ மேலும் மேல் எழும்பி எரிவதற்குப் போடப்படும் பொருள் இந்தச் சமித்து. அந்தப் பொருளை வேள்வியில் போட்டால் தீ மேல் எழும்பி எரிவதைப்போல் பரவையின் காதல்நோய் பெருகும் வகையில் மன்மதன் அம்புவிட்டான் என்று பாடியுள்ளார்.

# பரவையின் புலம்பல்

படுக்கையில் படுத்தும் உறக்கம் இல்லாதவளாய் அந்தப் படுக்கையிலிருந்து எழுந்தாள் பரவையார். குளிர்ந்த தென்றல் காற்று அவளது மேனியில் பட்டதும் நெருப்புப் பட்டதுபோல் துடித்தாள். மேகத்திலிருந்து பாய்ந்த நிலவின் ஒளி அவளது மேனியைச் சுட்டதுபோல் உணர்ந்தாள். பெண்ணுக்குரிய பொறுமையை இழந்தவளாய், தோகை மயிலைப்போல் நிலாமுற்றத்தில் நின்றாள். தனது கூந்தல் பாரத்தைக்கூடத் தாங்க இயலாமல் தவித்தாள். அவளது மேனி இலவம் பூப்போல் மென்மையானது. காதல் மிகுதியால் தனது சிவந்த வாயினால் புலம்பினாள்.

'வாசம் நிறைந்த அழகியக் கூந்தலைக் கொண்ட தோழிப்பெண்களே! அமிர்தம்போல் குளிர்ந்த ஒளிவீசும் சந்திரன் என்னைச் சுடுகின்றான். இது என்ன ஆச்சரியம்! சந்தனத்தைப் பனிநீரில் குழைத்துப் பூசும் உங்களது செய்கையும் என்னை எரிக்கிறது. பூசாதீர்கள்! சந்தனத்தைப் பூசாதீர்கள்! குளிர்ச்சியாக உடலை வருடும் தென்றல் தீ உருவமாகி என்னை எரிக்கிறது! என்னைச் சூழ்ந்துள்ள இந்தக் கொடுமையைப் போக்கும் ஆற்றல், கங்கையையும் பாம்பையும் தலையில் தாங்கியிருக்கும் சிவபெருமானின் தொண்டனிடமே உள்ளது. ஆனால், அவனோ என்மீது அருள்கொண்டு என்னைத் தேடி வரவில்லை!' என்றாள்.

தூக்கம் இல்லாமல் தவித்த பரவைக்கு அந்த இரவுப் பொழுது மிகவும் நீண்ட இரவுப் பொழுதாகத் தோன்றியது. 'இந்த இரவு விடியவே விடியாதா? இந்தக் காதல் துன்பத்தைத் தாங்கும் ஆற்றல் என்னிடம் இல்லை. எனது உள்ளமும் மார்பும் துடிக்கின்றன. உலகிலுள்ள துன்பங்கள் எல்லாம் சேர்ந்து வந்து என் ஒருத்தியைத்

தாக்குகின்றன. உலகிலுள்ள எல்லோரும் சேர்ந்துகொண்டு எனக்கு மட்டும் இப்படித் துன்பம் செய்கிறார்களே! மன்மதனுக்கு என்மேல் மலர் அம்பு விடுவதைத் தவிர வேறு வேலை எதுவும் கிடையாதா? இந்தக் காதல் என்னைப் படுத்தும் பாட்டைப் பற்றி எதுவும் அறியாமல் சிவபெருமானின் திருத்தொண்டராகிய நம்பியாரூரர் இருக்கின்றாரே!'

'பெரிய தேரும் கொடியும் கொண்ட திருவாரூரில் வீற்றிருக்கும் தியாகேசா! நான் அடையும் இந்தக் காதல் துன்பத்தை உம்மைத் தவிர வேறு யார் அறியமுடியும்? நான் அடைய இயலாத துன்பத்தை அடைந்துள்ளேனே! தலையில் கங்கையும் சந்திரனும் பாம்பும் கழுத்தில் மண்டை ஓடுகளும் தாங்கிய இறைவனே! காளை வாகனத்தில் உலகை வலம் வருபவரே! உம்மீது அன்பில்லாதவர் அடைகின்ற துன்பத்தைப்போல் பெரும் துன்பத்தை நான் அடைந்துள்ளேனே!'

சுந்தரரும் பரவையாரும் தனித்தனியே அனுபவித்தக் காதல் துன்பத்தை அறிந்த இறைவன் அவர்கள் இருவருக்கும் திருமணம் செய்துவைக்க எண்ணினான். எனவே, திருவாரூரில் உள்ள அடியார்களின் கனவில் தோன்றி, 'நம்பிக்கும் பரவைக்கும் திருமணம் செய்து வையுங்கள்' என்றுகூறி அருளினான்.

காதல் நோயில் தவித்துக்கொண்டிருந்த சுந்தரரின் கனவிலும் பரவையாரின் கனவிலும் இறைவன் தோன்றி நாளைக்கே உங்களுக்குத் திருமணம் நடைபெறும் என்னும் நல்ல செய்தியைத் தெரிவித்து அருளினான்.

காலைப் பொழுது விடிந்தது. திருவாரூர் நகரத்து அடியார்கள் அனைவரும் ஒன்றுகூடிப் பரவையாரின் மாளிகைக்கு வந்தனர். சுந்தரருக்கும் பரவைக்கும் திருமணம் செய்வித்தனர்.

காமத் துயரில் கவல்வார் நெஞ்சில்
கரையில் இருளும் கங்குல் கழிபோம்
யாமத்து இருளும் புலரக் கதிரோன்
எழு காலையில் வந்து அடியார்கள் கூடிச்
சேமத் துணையாம் அவர் பேரருளைத்
தொழுதே திருநாவலர் கோன் மகிழத்
தாமக் குழலாள் பரவை வதுவை
தகு நீர்மையினால் நிகழச் செய்தார் (326)

என்னும் பாடலில் பரவைக்கும் சுந்தரருக்கும் நிகழ்ந்த திருமணம் மிகவும் சிறப்புடன் நிகழ்ந்தது என்பதைச் சேக்கிழார் தெரிவித்துள்ளார்.

நாவலூரில் தோன்றிய சுந்தரர், மன்னனாக வாழ்ந்தவர். அவருக்குச் சிவபெருமானின் திருவருளால் பரவை என்னும் நங்கை, மனைவியாக வாய்த்தாள். அவளுடைய மலைபோன்ற மார்பில் ஒவ்வொருநாளும் சாய்ந்து இல்லற வாழ்வினை இனிதே நடத்தி வந்தார். பரவையாரின் வீட்டிலிருந்தபடியே இல்லற இன்பத்திலும் இறை இன்பத்திலும் மூழ்கி இருந்த சுந்தரர், தியாகேசன் மேல் திருப்பதிகங்கள் பாடி அருளினார்.

> **தன்னை ஆளுடைய பிரான் சரண் அரவிந்த மலர்**
> **சென்னியிலும் சிந்தையிலும் மலர்வித்துத் திருப்பதிகம்**
> **பன்னு தமிழ்த் தொடைமாலை பல சாத்திப் பரவை எனும்**
> **மின்னிடையாளுடன் கூடி விளையாடிச் செல்கின்றார் [328]**

என்னும் அடிகளால் சுந்தரர் அனுபவித்த இல்லற இன்பத்தை அறிந்துகொள்ள முடிகிறது. இல்லற இன்பத்தை அனுபவிக்க இயலாமல், இறைவனால் தடுத்து ஆட்கொள்ளப்பட்ட சுந்தரர் மீண்டும் இறைவனாலேயே அந்த இல்லற இன்பத்தைப் பெற்றார்.

சுந்தரரின் திருமண வாழ்க்கையைத் தடுத்த பாவத்திற்கு ஆளானவர் சிவபெருமான். அந்தப் பாவத்தைப் போக்கிக் கொள்ளவே, இங்கே இறைவன் தனது கடமையை உணர்ந்து சுந்தரருக்குத் திருமணம் செய்வித்திருக்கிறார் என்பதை அறிந்துகொள்ள முடிகிறது.

✧

# திருத்தொண்டத் தொகை

பரவையாருடன் மகிழ்ந்து வாழ்ந்த சுந்தரர் ஒருநாள், திருவாரூரில் கோயில் கொண்டுள்ள தியாகேசப் பெருமானை வணங்குவதற்காகப் புறப்பட்டார். அதற்காக மிகவும் அழகானப் பட்டாடையை எடுத்து அணிந்துகொண்டார். அந்த ஆடையானது தேவர்கள் அணியும் ஆடையைவிட மேலானதாக விளங்கியது. சந்தனத்தைக் குங்குமத்துடன் குழைத்து, தனது உடல் முழுதும் பூசிக்கொண்டார். தலையில் அழகான சுழியம் என்னும் தங்க அணியைச் சூட்டிக்கொண்டார். மேலும், பலவகைத் தங்க அணிகளைக் கழுத்திலும் கைகளிலும் அணிந்துகொண்டார். அவ்வாறு அலங்காரம் செய்துகொண்ட சுந்தரர், பார்ப்பதற்கு இந்திரனைவிட அழகாகக் காட்சியளித்தார்.

சுந்தரரின் காதுகளில் அழகியப் பொன்னால் ஆன தோடுகள் மின்னின. கையில் அழகிய கோல் ஒன்றினைத் தாங்கியிருந்தார். மார்பில் பூணூல் தவழ்ந்தது. நெற்றியில் திருநீறு அழகாகப் பூசப்பட்டிருந்தது. சுந்தரர் தெருவில் நடந்து செல்வதைப் பார்த்தப் பெண்கள், 'இந்த அழகியக் கோலம் இவருக்குப் பொருத்தமாக இருக்கிறது' என்று வியந்து பார்த்தனர்.

சுந்தரருக்கு இரண்டு பக்கங்களிலும் ஆண்களும் பெண்களும் சூழ்ந்து வந்தனர். அவர்கள் அனைவரும் சுந்தரரின் பெருமைகளை உரக்கத் தெரிவித்தபடி வந்தனர்.

**நாவலூர் வந்த சைவ**
**நற்றவக் களிறே என்றும்**
**மேவலர் புரங்கள் செற்ற**
**விடையவர்க்கு அன்ப என்றும்**

தாவில் சீர்ப் பெருமை ஆரூர்
மறையவர் தலைவ என்றும்
மேவினர் இரண்டு பாலும்
வேறு வேறு ஆயம் போற்ற (332)

திருநாவலூரில் தோன்றியவரே! சைவ சமயத்தின் பெருமையை உணர்த்த வந்த யானையே! திரிபுரத்தை எரித்த சிவனின் அன்பரே! திருவாரூரில் வாழும் மறையவர்களின் தலைவரே! என்று அனைவரும் போற்றினார்கள்.

சுந்தரருக்கு முன்பாக ஆட்டுக் கடா, குரங்கு, கோழி, கௌதாரி முதலானவற்றைப் பிடித்தபடி பலர் போனார்கள். அவர்கள் அந்த விலங்குகளும் பறவைகளும் எழுப்பும் ஒலிகளை எழுப்பியபடி நடந்தார்கள். பூசைக்கு வேண்டிய பூக்களைக் கூடைகளில் சுமந்தபடி பலர் சென்றனர். மணப்பொருள்களையும் வெற்றிலை, பாக்கு முதலானவற்றைச் சுமந்தபடி சிலரும் சென்றனர்.

சுந்தரரைச் சூழ்ந்து வந்த அடியார்கள் கூட்டத்திற்கு முன்பாக நன்கு அலங்கரிக்கப்பட்ட பொய்க்கால் குதிரைகளின் ஆட்டம் நடைபெற்றது. அதற்குப் பின்னால் வேதம் ஓதும் வேதியர் மாலை அணிந்தவராய் நடந்து சென்றனர். அவர்களைத் தொடர்ந்து சென்ற சுந்தரர், திருக்கோயிலை அடைந்தார்.

தியாகேசர் திருக்கோயில் வளாகத்தில் உள்ள தேவாசிரியன் மண்டபத்தில் அடியார்கள் பலர் அமர்ந்து இருந்தனர். அதைக் கடந்துசென்ற சுந்தரர் அந்த அடியார்களுக்கு வணக்கம் தெரிவிக்கவில்லை. ஆனால், மனத்துக்குள் அவர்களுக்கு வணக்கம் தெரிவித்ததோடு மட்டுமல்லாமல், ‘இந்த அடியவர்களுக்கு அடியவன் ஆகும் நாள் எந்த நாளோ?’ என எண்ணியபடிச் சென்றார்.

இந்த உலகம் உயர்நிலை அடையும் வகையில் ஐந்து சபைகளில் நடனம் ஆடியவன் சிவன். மார்க்கண்டேயனின் உயிரைக் கவர்வதற்கு வந்த யமனின் உயிரைப் பறித்தவன். அழகிய மலர்களால் ஆன மாலையைச் சூடிய கூந்தலைக் கொண்டவள் உமையவள். அவளது சிவந்த கைகள் அன்புடன் வருடியதால் சிவந்த நிறம் பெற்றவன் சிவன் என்று போற்றினார் சுந்தரர்.

நீதிநெறி தவறாத தவ வல்லுநர் நெஞ்சில் நிறைந்து விளங்குபவன் சிவன். அருள்நெறியை அறியாமல் உலகியலில் ஆழ்ந்துகிடப்பவர்களின் அறியாமையை அகற்றி அறிவு வழங்குபவன். உலகிற்கு ஒளிதரும் விண்ணுலகப் பொருள்களுக்கு

எல்லாம் ஒளி தருபவன். திருமாலும் நான்முகனும் காணஇயலாத பேரொளியாக விளங்குபவன்.

வேதமாகிய தாமரையில் தங்கி இருப்பவன். அறியாமை நிறைந்த நான் செய்த பிழைகளை எல்லாம் பொறுத்து என்னை ஆட்கொண்டவன். இனிமேல் வர இருக்கும் பிழைகள் அனைத்தையும் தடுத்து என்னைக் காப்பவன். இவ்வாறு அருள்புரியும் திருப்பாதத்தைக் கொண்டவன் சிவன் என்று சிவனது அளவிட முடியாதப் பெருமைகளை எல்லாம் பாடினார் சுந்தரர்.

இறைவனது திருவருளை வேண்டிநின்ற சுந்தரருக்கு அடியவர்களின் பெருமை அனைத்தையும் உணர்த்தினான் சிவன். அத்துடன் நில்லாமல் அந்த அடியார்களின் வரலாற்றையும் அறியச் செய்தான்.

'தொண்டர்களின் பெருமைக்கு இணையாக யாரையும் ஒப்பிட முடியாது. என்மேல் அன்புகொண்டு என்னைப் போற்றுவதால் இந்தத் தொண்டர்கள் என்னைப் பெற்றவர்கள் ஆவர். என்னையும் தங்களையும் வேறுவேறாக நினைக்காமல் என்னுள்ளே ஒன்றிவிடுவதால் தொண்டர்கள் இந்த உலகை வென்றவர்கள் ஆகின்றனர். இவ்வாறு பற்றற்று விளங்கும் இந்தத் தொண்டர்கள் எந்த இன்னலும் அடையமாட்டார்கள். உன்னதமான நிலையில் இந்த உலகில் நிலைத்து நிற்பார்கள். என்மேல் கொண்ட அன்பினால் இன்பத்தைப் பெறுவார்கள். இம்மை, மறுமை என்னும் இரண்டையும் கடந்தவர்கள் இந்தத் தொண்டர்கள். அந்த அடியார்களை நீ சென்று அடைவாயாக!' என்று சுந்தரருக்கு அருளினான் சிவன்.

பெருமையால் தம்மை ஒப்பார்
பேணலால் எம்மைப் பெற்றார்
ஒருமையால் உலகை வெல்வார்
ஊனம் மேல் ஒன்றும் இல்லார்
அருமையாம் நிலையின் நின்றார்
அன்பினால் இன்பம் ஆர்வார்
இருமையும் கடந்து நின்றார்
இவரை நீ அடைவாய் என்று (342)

என்று சிவன் அருளியதைக் கேட்டதும் துன்பத்திலிருந்து விடுதலைப் பெற்றதைப் போன்ற நிலையினைச் சுந்தரர் அடைந்தார். மேலும் சுந்தரரைப் பார்த்து, 'நீ அடியவர்களை முறையாக வணங்கு!

அவர்களின் பெருமையை நீ, சொல் மாலையாக அமைத்து எனக்குச் சூட்டு!' என்று அருளினார்.

> நாதனார் அருளிச் செய்ய
>   நம்பி ஆரூரர் நான் இங்கு
> ஏதம் தீர் நெறியைப் பெற்றேன்
>   என்று எதிர் வணங்கிப் போற்ற
> நீதியால் அவர்கள் தம்மைப்
>   பணிந்து நீ நிறை சொல் மாலை
> கோதிலா வாய்மையாலே
>   பாடென அண்ணல் கூற           [343]

என்று சிவன் கூறியதைக் கேட்ட சுந்தரர், 'அடியவர்களை எப்படிப் பாடவேண்டும் என்று நான் அறியவில்லை. அவர்களின் பண்பு குறித்தும் நான் எதையும் அறிந்திருக்கவில்லை. இவ்வாறு இருக்கும்போது நான் எவ்வாறு பாடுவேன்' என்றார். பழமையும் பெருமையும் வாய்ந்தது இமய மலை. இந்த இமய மலையில் தோன்றிய உமையாளை இடப்பாகத்தில் கொண்டவன் சிவன். வேதங்கள் நான்கினையும் எந்த வாயினால் மொழிந்தானோ அதே வாயினால், 'தில்லை வாழ் அந்தணர் தம் அடியார்க்கும் அடியேன்' எனச் சுந்தரருக்கு அடி எடுத்துக் கொடுத்தான் சிவன்.

திருவாரூரில் கோயில் கொண்டுள்ள சிவபெருமானை வணங்கிவிட்டு, அடியவர்களை வணங்குவதற்காகத் தேவாசிரிய மண்டபம் நோக்கி வந்தார் சுந்தரர். அவ்வாறு வரும்போது தொலைவிலேயே அவர்களைப் பலமுறை வணங்கினார். அடியார்களின் அருகில் நின்று ஒவ்வோர் அடியாரின் திருப்பெயரையும் சொல்லி அவர்களுக்கு எல்லாம் அடியேன் என்று பாடினார்.

> தூரத்தே திருக்கூட்டம்
>   பல முறையால் தொழுது அன்பு
> சேரத் தாழ்ந்து எழுந்து அருகு
>   சென்று எய்தி நின்று அழியா
> வீரத்தார் எல்லார்க்கும்
>   தனித்தனி வேறடியேன் என்று
> ஆர்வத்தால் திருத்தொண்டத்
>   தொகைப் பதிகம் அருள் செய்தார்       [347]

சிவன் வழங்கிய அடியை முதலாகக் கொண்டு சுந்தரர், திருத்தொண்டத் தொகையைப் பாடி அனைத்து அடியார்களையும்

பணிந்து வணங்கினார். உடனே அடியவர்கள் அனைவரும் பெருமகிழ்ச்சி அடைந்தனர். சுந்தரரைச் சார்ந்துநின்ற அடியவர்களுடன் இணைந்தனர்.

தம்பிரான் தோழர் என்னும் சிறப்பைப் பெற்ற சுந்தரர் எந்த முறையில் திருத்தொண்டத் தொகைப் பாடினாரே அந்த முறையிலேயே நானும் திருத்தொண்டர் புராணத்தைப் பாடுகிறேன் என்று பாடியுள்ளார் சேக்கிழார்.

# குண்டையூர்க் கிழார்

திருக்கோளிலி என வழங்கப்பெறும் திருக்குவளைக்கு அருகில் அமைந்துள்ள ஊர் குண்டையூர். இந்த ஊரில் பெருநிலக் கிழார் ஒருவர் வாழ்ந்து வந்தார். அவரைக் குண்டையூர்க் கிழார் என்றே அழைத்தனர். திருவாரூரில் தங்கியிருந்த சுந்தரரைச் சிவனது வடிவமாகவே கண்டார் குண்டையூர்க் கிழார். எனவே, அவருக்குத் தேவையான தொண்டுகளைச் செய்து அங்கேயே தங்கியிருந்தார்.

> தாளாண்மை உழவுத் தொழில்
> தன்மை வளம் சிறந்த
> வேளாளர் குண்டையூர்க்
> கிழவர் எனும் மேதக்கோர்
> வாளார் வெண் மதி அணிந்தார்
> மறையவராய் வழக்கினில் வென்று
> ஆளாகக் கொண்டவர்தாள்
> அடைந்து அன்பால் ஒழுகுவார்  [3162]

பரவையார் மாளிகையில் தங்கியிருந்த சுந்தரருக்குத் தேவையான நெல், பருப்பு, கரும்பு முதலானவற்றை நாள் தவறாமல் அனுப்பி வைக்கும் பணியைத் தொடர்ந்து செய்து வந்தார் குண்டையூர்க் கிழார். இவ்வாறு வழங்கி வந்த வேளையில் மழைவளம் குன்றியது. எங்கும் வறட்சி நிலவியது. ஒருநாள்...

குண்டையூர்க் கிழாரால் சுந்தரருக்குத் தேவையான நெல்லினை அனுப்ப இயலவில்லை. தன்னால் தொடர்ந்து செய்து வந்த பணி இன்று தடைபட்டுவிட்டதே என்று வருந்தினார். அவரும் உணவு உண்ணாமல் இறைவனை நினைத்தபடியே தூங்கினார்.

கனவில் சிவபெருமான் தோன்றினான். 'ஆரூரன் என்னும் சுந்தரனுக்கு நீ நாள்தோறும் நெல்லினை வழங்குவதற்காக நெல்லினைத் தந்தேன்' என்று தெரிவித்தான்.

ஆரூரன் தனக்கு உன்பால்
நெல் தந்தோம் என்று அருளி
நீர் ஊரும் சடை முடியார்
நிதிக் கோமான் தனை ஏவப்
பேரூர் மற்று அதன் எல்லை
அடங்கவும் நெல் மலைப் பிறங்கல்
கார் ஊரும் நெடு விசும்பும்
கரக்க நிறைந்து ஓங்கியதால் (3166)

நெல்லினைத் தந்தேன் என்று சொன்ன இறைவன் நேரே குபேரனிடம், 'குண்டையூர் முழுவதும் நெல் நிறைய ஏற்பாடு செய்க' என்று ஆணையிட்டான். அடுத்தநாள் விடிவதற்குள் குண்டையூர் எல்லைவரை எங்கும் நெல் மூட்டைகள் நிறைந்து காணப்பட்டன. அவ்வாறு குவிந்திருந்த நெல் மூட்டைகள் மலைபோல் குவிந்து மேகத்தை மூடும் வரை நிறைந்திருந்தன.

அதிகாலையில் எழுந்த குண்டையூர்க் கிழார், நெல் மூட்டைகள் குவிந்திருப்பதைக் கண்டு அதிசயித்தார். மேருவை வில்லாக வளைத்த சிவபெருமான்தான் இந்த நெல்மலைக்கு ஏற்பாடு செய்துள்ளான். தனது தொண்டனாகிய நம்பியாரூரனுக்காக இந்த நெல்மலையை இறைவன் வழங்கியுள்ளான் எனத் தெளிந்தார்.

குண்டையூரில் குவிந்துகிடந்த நெல் மலையைத் திருவாரூருக்குக் கொண்டு செல்லும் ஆற்றல் தன்னிடம் இல்லை என்பதை உணர்ந்தார் குண்டையூர்க் கிழார். எனவே, 'இந்தச் செய்தியை நானே சென்று சுந்தரருக்குத் தெரிவிக்கிறேன்' என்று கூறிவிட்டுத் திருவாரூருக்குப் புறப்பட்டார்.

குண்டையூரில் நெல் மூட்டைகள் குவிக்கப்பட்டிருக்கும் செய்தியைச் சிவபெருமான், சுந்தரருக்கும் தெரிவித்தான். உடனே சுந்தரர் குண்டையூர் நோக்கிப் புறப்பட்டார். குண்டையூர்க் கிழாரும் சுந்தரரும் சந்தித்துக்கொண்டனர்.

சுந்தரரின் பாதத்தில் பணிந்து விழுந்தார் குண்டையூர்க் கிழார். 'இது நாள்வரை நான் தங்களுக்குச் செய்த பணியின் காரணமாக, இன்று நான் நெல்மலையைப் பெற்றேன். இது இறைவன் செயல்' என்றார்.

குண்டையூர்க் கிழவர் தாமும்
    எதிர்கொண்டு கோதில் வாய்மைத்
தொண்டனார் பாதம் தன்னில்
    தொழுது வீழ்ந்து எழுந்து நின்று
பண்டெலாம் அடியேன் செய்த
    பணி எனக்கு இன்று முட்ட
அண்டர்தம் பிரானார் தாமே
    நெல்மலை அளித்தார் என்று     [3169]

'இங்கே குவிந்திருக்கும் நெல் மலையை மனிதர்களால் எடுத்துக்கொண்டு வரமுடியாது. இறைவனால் உமக்கு அளிக்கப்பட்டது' என்று கூறிய குண்டையூர்க் கிழார், சுந்தரரையும் அழைத்துக்கொண்டு மீண்டும் தனது ஊருக்கு வந்தார். குண்டையூருக்கு வந்த சுந்தரர் அந்த நெல் மலையைப் பார்த்து அதிசயித்தார். இவற்றை எடுத்துக்கொண்டு போவதற்கும் இறைவனே அருள்புரிய வேண்டும் என்று நினைத்தார்.

விண்ணினை அளக்கு நெல்லின்
    வெற்பினை நம்பி நோக்கி
அண்ணலைத் தொழுது போற்றி
    அதிசயம் மிகவும் எய்தி
எண்ணில் சீர்ப் பரவை இல்லத்து
    இந்நெல்லை எடுக்க ஆளும்
தண்ணிலவு அணிந்தார் தாமே
    தரில் அன்றி ஒண்ணாது என்று     [3171]

சிவபெருமானைப் பார்த்து, 'இந்த நெல்மலையைப் பரவையின் இல்லத்திற்கு எடுத்துச் செல்லும் ஆள்களை இறைவா நீயே தரவேண்டும்' என்று கருதியவராய் அருகிலுள்ள கோளிலி என்னும் திருக்குவளைக்குச் சென்றார். அங்கே கோயில் கொண்டிருப்பவன் பிரம்மபுரீசுவரன். அந்த இறைவனைப் போற்றிப் பதிகம் பாடினார் சுந்தரர்.

நீள நினைந்து அடியேன் உமை
    நித்தலும் அடிபணிவேன்
வாள் அன கண் மடவாள் அவள்
    வாடி வருந்தாமே
கோளிலி எம்பெருமான் குண்டையூர்ச்
    சில நெல்லுப் பெற்றேன்

ஆள் இலை எம்பெருமான் அவை
அட்டித்தரப் பணியே [ஏழாம் திருமுறை 199]

எனத் தொடங்கும் திருப்பதிகத்தைப் பாடி அருளினார் சுந்தரர். இந்தப் பதிகத்தைச் சுந்தரர் பாடி முடித்ததும் வானிலிருந்து ஓர் ஒலி எழும்பியது. 'நம் பூத கணங்கள் இந்த நெல் மூட்டைகளைத் திருவாரூரில் கொண்டு சேர்க்கும்' என்று அந்த ஒலித் தெரிவித்தது.

இறைவனது கருணை ஒலியைக் கேட்ட சுந்தரர், இறைவனைப் பணிந்து வணங்கியபின் பிறத் திருத்தலங்களுக்கும் சென்று வணங்கியபடி திருவாரூரை வந்து அடைந்தார்.

திருவாரூரில் புற்றிடங்கொண்ட ஈசனையும் தியாகேசனையும் வணங்கிய சுந்தரர், தொண்டர்கள் புடைசூழ, பரவையாரின் மாளிகைக்கு வந்தார்.

பரவையாருடன் குண்டையூரில் நிகழ்ந்தவற்றைத் தெரிவித்த சுந்தரர் மகிழ்ச்சியாக இருந்தார். அன்று இரவே பூதக் கணங்கள் குண்டையூரில் உள்ள நெல் மூட்டைகளை எல்லாம் பரவையாரின் இல்லத்தில் நிறைத்தன. அந்த மாளிகை கொள்ளாத காரணத்தால் அவை திருவாரூர் முழுவதும் நிறைந்தன.

குண்டையூர் நெல் மலையைக்
குறள் பூதப் படை கவர்ந்து
வண்டுலாம் குழல் பரவை
மாளிகையை நிறைவித்தே
அண்டர் பிரான் திருவாரூர்
அடங்கவும் நெல்மலையாக்கிக்
கண்டவர் அற்புதம் எய்தும்
காட்சி பெற அமைத்தனவால் [3177]

திருவாரூர் நகர் முழுவதும் நிறைந்திருந்த நெல் மலையைப் பார்த்தவர்கள் அதிசயித்தார்கள். இதற்குமுன் எப்போதும் இவ்வளவு நெல் மூட்டைகளைக் காணாத அவர்கள், எவ்வாறு இவ்வளவு நெல் மூட்டைகள் வந்தன என அறிய இயலாமல் திகைத்து நின்றனர்.

அவ்வாறு அதிசயித்து நின்ற திருவாரூர்ப் பெருமக்கள் ஒருவருக்கு ஒருவர், 'இந்த நெல் மூட்டைகள் எல்லாம் பரவை நாச்சியாருக்குச் சுந்தரரால் வழங்கப்பட்டவை' என்று கூறிக்கொண்டனர்.

தெருவில் செல்வோர் நடக்க முடியாத வண்ணமும், வீட்டிற்குச் செல்ல விரும்புவோர் வீட்டுக்குள் செல்லமுடியாத வண்ணமும்

நெல் மூட்டைகள் நிறைந்து கிடந்தன. இதனை அறிந்த பரவையார், முரசறையச் செய்தார். ‘அவரவர் வீட்டின் முன்னால் கிடக்கும் நெல் மூட்டைகள் எல்லாம் அவரவர்க்கே. அவர்களே எடுத்துக் கொள்ளலாம்’ என்று அறிவித்தார்.

**வன் தொண்டர் தமக்கு அளித்த**
**நெல் கண்டு மகழி சிறப்பார்**
**இன்று உங்கள் மனை எல்லைக்கு**
**உட்பட்ட நெல் குன்று எல்லாம்**
**பொன் தங்கு மாளிகையின்**
**புகப் பெய்து கொள்க என**
**வென்றி முரசு அறைவித்தார்**
**மிக்க புகழ்ப் பரவையார** [3180]

முரசொலியைக் கேட்ட திருவாரூர் நகர மாந்தர் அந்த நெல் மலையை எல்லாம் தங்கள் இல்லத்தில் நிறைத்தனர். நெல் கூடுகள் இருந்த இடங்களில் எல்லாம் நெல்லைக் குவித்தனர். அதிக அளவில் நெல் கிடைத்ததால் திருவாரூர் மக்கள் அனைவரும் மகிழ்ச்சி அடைந்தனர். அதனைக் கண்ட பரவையார், சுந்தரரின் பாதத்தில் பணிந்து வணங்கினார்.

✧

## கோட்புலி நாயனார்

திருவாரூரில் கோயில் கொண்டுள்ள புற்றிடங்கொண்ட ஈசனை நாள்தோறும் பணிந்து போற்றி வந்தார் சுந்தரர். அவ்வாறு அவர் போற்றி வழிபடுவதைக் கண்ட அடியார்களும் தேவர்களும் மிகவும் மகிழ்ந்தனர். அவரது திருப்பதிகப் பெருமைகளை எல்லோரும் போற்றினர். இவ்வாறு சுந்தரர் வழிபட்டு வருவதைக் கோட்புலியார் என்னும் அடியார் அறிந்தார். இவர் திருநாட்டியத்தான் குடியில் தோன்றியவர். அங்கிருந்து புறப்பட்டுத் திருவாரூருக்கு வந்தார். சுந்தரரைத் தனது ஊருக்கு அழைத்துச் செல்லவேண்டும் என்று விரும்பினார். அந்த விருப்பத்தைச் சுந்தரரிடம் தெரிவித்தார். அதற்குச் சுந்தரர் இசைவு தெரிவித்த பின்பு அங்கிருந்து புறப்பட்டுச் சென்றார்.

  குலபுகழ்க் கோட்புலியார்
    குறை இரந்து தம் பதிக்கண்
  அலகில் புகழ் ஆரூரர்
    எழுந்து அருள அடி வணங்கி
  நிலவி அவன் தொண்டர் அஃது
    இசைந்ததன் பின் நேர் இறைஞ்சிப்
  பலர் புகழும் பண்பினார்
    மீண்டும் தம் பதியணைந்தார்  [3183]

திருத்தொண்டர்கள் மிகுதியாக வாழும் திருவாரூர் இறைவனைப் பணிந்து வணங்கிய சுந்தரர், சிவபெருமான் கோயில் கொண்டுள்ள பிறத் தலங்களுக்குப் புறப்பட்டார். அவ்வாறு சென்ற அவர், நாட்டியத்தான் குடிக்கு வந்தார். சுந்தரரது வருகையை அறிந்த கோட்புலியார் அந்த நகர் முழுவதையும் அலங்கரிக்கச் செய்தார்.

நகரத்தின் வாயிலில் சுந்தரரை எதிர்கொண்டு வணங்கி, தனது மாளிகைக்கு அழைத்துச் சென்றார். முத்துகள் பதித்த ஓர் அரியணையில் அவரை அமரச் செய்து அவரது பாதத்தைக் கழுவி அந்த நீரை மாளிகையின் பல பகுதிகளிலும் தெளித்தார். பன்னீர்விட்டுக் கலந்த சந்தனத்தைக் கொண்டுவந்து தட்டில் வைத்தனர் பணியாளர்கள். மானிலிருந்து எடுக்கப்படும் கத்தூரிக் குழம்பினை ஒரு தட்டில் கொண்டுவந்து வைத்தார். எங்கும் நறும்புகையைப் புகைத்தனர். வெற்றிலைப் பாக்கு முதலானவற்றை ஒரு தட்டில் கொண்டுவந்து வைத்தனர்.

பல்வேறு மலர்களில் பல்வேறு வகையாகத் தொடுத்த மலர் மாலைகளைக் கொண்டுவந்து வைத்தனர். பல்வேறு மணிகளால் உருவாக்கப்பட்ட அணிகலன்களைக் கொண்டுவந்து வைத்தனர். பல்வேறு வகையான ஆடைகளைக் கொண்டுவந்து வைத்தனர். இந்தப் பொருள்களை எல்லாம் ஏற்றுக்கொண்டு அருள்புரிய வேண்டும் என்று பணிந்து நின்றார் கோட்புலியார்.

**செங்கோல் அரசன் அருள் உரிமைச்**
**சேனாபதியாம் கோட்புலியார்**
**நங்கோமானை நாவலூர்**
**நகரார் வேந்தை நண்பினால்**
**தங்கோமனையில் திருவமுது**
**செய்வித்து இறைஞ்சித் தலைசிறந்த**
**பொங்கோதம் போல் பெருங்காதல்**
**புரிந்தார் பின்னும் போற்றுவார்** (3189)

படைத்தலைமை பெற்றவரான கோட்புலியார் தனது செல்வமாளிகைக்கு வருகை தந்த சுந்தரரிடம் தொடர்ந்து நட்புக்கொள்ள விரும்பினார். எனவே, தனது மகள்களான சிங்கடியையும் வனப்பகையையும் வரவழைத்தார். 'இவர்கள் இருவரையும் தாங்கள் உங்கள் தொண்டுக்காக ஏற்றுக்கொண்டு அருள்புரிய வேண்டும்' என்றார். கோட்புலியார் சொன்ன நோக்கத்தை அப்படியே ஏற்றுக்கொள்ளாத சுந்தரர், அவர்கள் இருவரின் கரத்தையும் பற்றியபடி, 'இவர்கள் எனக்கு மகள் உறவு கொண்டவர்கள்' என்று தெரிவித்தார்.

**அடியேன் பெற்ற மக்கள் இவர்**
**அடிமையாகக் கொண்டு அருளிக்**
**கடிசேர் மலர்த்தாள் தொழுது உய்யக்**
**கருணை அளிக்க வேண்டும் எனத்**

தொடிசேர் தளிர்க்கை இவர் எனக்குத்
தூய மக்கள் எனக் கொண்டு அப்
படியே மகண்மையாக் கொண்டார்
பரவையார் தம் கொழுநனார் [3191]

*சிங்கடியையும் வனப்பகையையும் தனது மடியில் அமர்த்தி அவர்களின் உச்சியை முகர்ந்து அவர்களுக்கு அருள்புரிந்தார் சுந்தரர். அந்தக் குழந்தைகள் விரும்பும் பொருள்களை வழங்கி உதவினார். அதன்பின் அங்கிருந்து புறப்பட்டுத் திருக்கோயிலுக்குச் சென்றார். நாட்டியத்தான் குடியில் கோயில் கொண்டுள்ள சிவனின் பெயர் மாணிக்க வண்ணர். இறைவியின் பெயர் மலர்மங்கை நாயகி. நாட்டியத்தான் குடித் திருக்கோயில் கோபுரத்தைக் கண்டவுடன் பணிந்து வணங்கினார் சுந்தரர். திருக்கோயிலுக்குள் சென்றதும் இறைவன்மேல் பதிகம் பாடினார். அந்தப் பதிகத்தில் கோட்புலியாரின் சிறப்பினையும் இணைத்துப் பாடி அருள்புரிந்தார். கோட்புலியாரின் மகளான சிங்கடிக்குத் தன்னைத் தந்தையாகச் சுந்தரர் கருதியதால் அந்தப் பதிகத்தில் தன்னைச் சிங்கடி அப்பன் என்றே பாடியுள்ளார்.*

கூடா மன்னரைக் கூட்டத்து வென்ற
கொடிறன் கோட்புலி சென்னி
நாடார் தொல்புகழ் நாட்டியத்தான்குடி
நம்பியை நாளும் நாளும் மறவா
சேடார் பூங்குழல் சிங்கடி அப்பன்,
திருஆரூரன் உரைத்த
பாடீர் ஆகிலும் பாடுமின் தொண்டீர்!
பாட நும் பாவம் பற்று அறுமே!

[ஏழாம் திருமுறை: 155]

*என்னும் பதினைந்தாம் பதிகத்தின் பத்தாம் பாடலில் கோட்புலியாரின் வீரச் சிறப்பினைப் பாடியதுடன், தான் பாடிய பிறப் பாடல்களைப் பாடவில்லை என்றாலும் இந்தப் பத்துப் பாடல்களையாவது பாடுங்கள்! அவ்வாறு பாடினால் நீங்கள் செய்த பாவத்தால் ஏற்படும் தீவினைகள் அனைத்தும் உங்களைவிட்டு நீங்கிவிடும் என்று தெரிவித்துள்ளார்.*

✧

# வலிவலம்

திருநாட்டியத்தான் குடியிலிருந்து புறப்பட்ட சுந்தரர் வலிவலத்திற்கு வந்தார். வலிவலத்தில் கோயில் கொண்டுள்ள இறைவனின் பெயர் மனத்துணை நாதர். இறைவியின் பெயர் மாழை ஒண் கண்ணி. மாழை என்றால் மாவடு என்று பொருள். மாவடு போன்ற அழகிய கண்ணைக் கொண்டவள் என இறைவி அழைக்கப்படுகிறாள்.

வலியான் என்று அழைக்கப்படும் கருங்குருவி இந்தத் தலத்திற்கு வந்து வழிபட்டதாக வரலாறு தெரிவிக்கிறது. கருங்குருவியைப் பறவைகளில் மிகவும் வலிமையானது என்னும் கருத்திலேயே இதனை வலியான் என்று அழைக்கின்றனர். மிகவும் உயரத்தில் பறக்கும் ஆற்றல் இதற்கு உண்டு என்றும் தெரிவிக்கின்றனர்.

அங்கு நின்றும் எழுந்தருளி
　　அளவில் அன்பில் உள்மகிழச்
செங்கண் நுதலார் மேவுதிரு
　　வலிவலத்தைச் சேர்ந்து இறைஞ்சி
மங்கை பாகர் தமைப் பதிகம்
　　வலிவலத்துக் கண்டேன் என்று
எங்கும் நிகழ்ந்த தமிழ்மாலை
　　எடுத்துத் தொடுத்த இசை புனைவார் [3195]

வலிவலத்து மனத்துணை நாதரை மனத்தில் பதித்துக்கொண்டு அவர் மேல் பதிகம் பாடி அருளினார் சுந்தரர். அந்தப் பதிகத்தில் மாதொருபாகனாக இருக்கும் இறைவனைப் போற்றியுள்ளார். அவ்வாறு போற்றும்போது ‘வலி வலந்தனில் வந்து கண்டேனே’ என நிறைவு செய்து அனைத்துப் பாடல்களையும் பாடியுள்ளார்.

வலிவலத்திற்குத் திருஞானசம்பந்தரும் திருநாவுக்கரசரும் வந்து பதிகங்கள் பாடியுள்ளனர். அதனை அறிந்த சுந்தரர் அதனையும் தனது பதிகத்தில் குறிப்பிட்டுப் பாடியுள்ளார்.

    நன்று மகிழும் சம்பந்தர்
        நாவுக்கரசர் பாட்டு உகந்தீர்
    என்று சிறப்பித்து இறைஞ்சி மகிழ்ந்து
        ஏத்தி அருள் பெற்று எழுந்து அருளி
    மன்றின் இடையே நடம் புரிவார்
        மருவு பெருமைத் திருவாரூர்
    சென்று குறுகிப் பூங்கோயில்
        பெருமான் செம்பொன் கழல் பணிந்து    (3196)

இந்தப் பாடல் வாயிலாக வலிவலத்தில் உள்ள மனத்துணை நாதர் மூவர் தமிழையும் கேட்டு மகிழ்ந்துள்ளார் என்பதனை அறிந்துகொள்ள முடிகிறது.

வலிவலத்திலிருந்து சுந்தரர் திருவாரூருக்கு வந்தார். தியாகராஜப் பெருமானை வணங்கிவிட்டுப் பரவையாரின் மாளிகைக்குச் சென்றார். அங்கே தங்கி இல்லற வாழ்க்கையை இனிதாக நடத்தி வந்தார்.

விரைவில் பங்குனி உத்திரம் வரவிருந்தது. ஒவ்வொரு பங்குனி உத்திரத்தின்போதும் பரவையார் அன்னதானம் முதலானக் கொடைச் செயல்களைத் திருவாரூர் திருக்கோயிலில் செய்வது வழக்கம். வருகிற பங்குனி உத்திரச் செலவுக்குத் தேவையான பொன் இல்லை என்பதைச் சுந்தரருக்கு உணர்த்தினார் பரவையார்.

    செறி புன் சடையார் திருவாரூர்த்
        திருப்பங்குனி உத்திரத் திருநாள்
    குறுக வரலும் பரவையார்
        கொடைக்கு விழாவில் குறைவறுக்க
    நிறையும் பொன் கொண்டு அணைவதற்கு
        நினைந்து நம்பி திருப்புகலூர்
    இறைவர் பாதம் பணிய எழுந்து
        அருளிச் சென்று அங்கு எய்தினார்    (3198)

தமிழ் மாதக் கணக்குச் சித்திரையில் தொடங்குகிறது என்னும் கணக்குப்படி பன்னிரண்டாம் மாதம் பங்குனி. நட்சத்திரங்களில் பன்னிரண்டாம் நட்சத்திரம் உத்திரம். பன்னிரண்டாம் மாதத்தில் வரும் பன்னிரண்டாம் நட்சத்திரமான உத்திரத்தை மிகவும்

சிறப்புடையதாகக் கருதுகிறார்கள். மதுரையில் மீனாட்சி கல்யாண நிகழ்வு இந்தப் பங்குனி உத்திரத் திருநாளில்தான் நடைபெறுகிறது. அதைப்போன்றே முருகனுக்கும் தெய்வானைக்கும் நடைபெறும் திருமணமும் இந்த நாளில்தான் நடைபெறுகிறது.

கிரவுஞ்ச மலையை ஆண்டுவந்தவன் தாரகாசுரன். மிகப்பெரிய வீரன். அவன் தனது கருத்துடன் இசையாதவர்களை அழிக்கும் குணம்கொண்டவன். தேவர்கள் அனைவரையும் அழித்து அசுரர்களைக் காத்து வந்தான். வளம் மிக்க அந்தக் கிரவுஞ்ச மலையையும் தாரகாசுரனையும் முருகன் அழித்த நாளும் இந்தப் பங்குனி உத்திரத் திருநாள்தான்.

பங்குனி உத்திரத் திருநாள் என்பது திருவாரூரில் நாற்பத்தெட்டு நாள் நடைபெறும். நிறைவு நாளில் தியாகராசப் பெருமான் திருவாரூரில் உள்ள ஆழித்தேரில் கோயிலைச் சுற்றியுள்ள நான்கு வீதிகளிலும் வலம் வருவான். ஆழித்தேர்த் திருவிழாவிற்கு முந்தைய நாளில் அங்கே உள்ள கமலாலயத் தெப்பக்குளத்தில் தெப்பத் திருவிழாவும் நடைபெறும்.

இந்தக் கோலாகலத் திருவிழாவிற்கு வரும் அடியவர்களுக்கு உணவு முதலானவற்றை வழங்குவதற்காகத்தான் பரவையாருக்குப் பொன் தேவைப்பட்டது.

# பொன்னான செங்கல்

இறைவனிடம் பொன் பெறுவதற்காகத் திருப்புகலூருக்குச் சுந்தரர் வந்தார். நாகை மாவட்டத்தில் திருக்கண்ணபுரத்திற்கு அருகில் அமைந்துள்ள ஊர் திருப்புகலூர். இங்கே கோயில் கொண்டுள்ள இறைவனின் பெயர் அக்னிபுரீசுவரர். அம்மையின் பெயர் கருந்தார் குழலி என்னும் சூளிகாம்பாள். இங்கே தான் திருநாவுக்கரசர் முக்தி அடைந்தார். முருக நாயனார் இங்கே தான் பிறந்தார்.

திருப்புகலூர் இறைவனை வலம் வந்து வணங்கினார் சுந்தரர். பின்னர், அங்கே திருப்பதிகம் பாடி அருளினார். பங்குனி உத்திரத் திருநாளுக்குத் தேவையானப் பொன்னைத் தந்து உதவ வேண்டும் என்று வேண்டிக்கொண்டார். அருகே இருந்த திருமடத்திற்குச் சென்றார்.

அங்கே வீற்றிருந்த சுந்தரருக்கு அவரையும் அறியாமல் தூக்கம் வந்தது. அருகில் திருப்பணிக்காக வைத்திருந்த செங்கல்களில் சிலவற்றை எடுத்துத் தலைக்கு வைத்தார். அதன்மேல் பட்டினால் ஆன தனது மேலாடையை விரித்துப் படுத்து உறங்கினார்.

> துயில் வந்து எய்தத் தம்பிரான்
>     தோழர் அங்குத் திருப்பணிக்குப்
> பயிலும் சுடுமண் பலகை பல
>     கொணர்வித்து உயரம் பண்ணித் தேன்
> அயிலும் சுரும்பார் மலர்ச் சிகழி
>     முடிமேல் அணையா உத்தரிய
> வெயில் உந்திய வெண் பட்டதன் மேல்
>     விரித்துப் பள்ளி மேவினார் (3201)

சுந்தரர் எப்போதும் தலையில் மணம் மிகுந்த பூக்களைச் சூடிக்கொள்வார். மார்பில் வெண்பட்டினால் ஆன உத்தரியத்தை அணிந்துகொள்வார். எப்போதும் திருமணக் கோலத்துடனே காட்சியளிக்கும் சிறப்புப் பெற்றவர் அவர் என்பதால் அந்தத் திருக்கோலத்தை இந்தப் பாடலில் சேக்கிழார் விவரித்துள்ளார்.

சுந்தரர் உறங்கியதும் அவருடன் வந்த அடியாருக்கும் உறக்கம் வந்தது. அவர்களும் அங்கே உறங்கினார்கள். தூக்கத்திலிருந்து விழித்தார் சுந்தரர். அப்போது, அவரது தலைக்கு அணையாக இருந்த சுட்ட செங்கற்கள், தங்கக் கற்களாக மாறியிருந்தன.

சுற்றும் இருந்த தொண்டர்களும்
    துயிலும் அளவில் துணை மலர்க்கண்
பற்றும் துயில் நீங்கிடப் பள்ளி
    உணர்ந்தார் பரவை கேள்வனார்
வெற்றி விடையார் அருளாலே
    வே மண் கல்லே விரி சுடர்ச் செம்
பொன் திண் கல்லாயின கண்டு
    புகலூர் இறைவன் அருள் போற்றி   [3202]

செங்கற்கள் தங்கக் கற்களாக மாறிய அதிசயத்தைத் தொண்டர்கள் கண்டு எழுந்தனர். இறைவனின் அருளை நினைத்து இருகரம் குவித்து வணங்கினர். சுந்தரரும் தொண்டர்களும் ஆலயத்திற்குச் சென்றனர். அங்கே இறைவனைப் போற்றிப் பதிகம் பாடினார் சுந்தரர்.

# திருப்பனையூரில் திருக்கூத்து

திருப்புகலூர் இறைவனைப் போற்றிப் பாடிய சுந்தரர் அங்கிருந்து திருப்பனையூருக்கு வந்தார். திருவாரூருக்கும் மயிலாடுதுறைக்கும் இடையில் பேரளத்துக்கு அருகில் அமைந்துள்ள ஊர் திருப்பனையூர். இங்கே கோயில் கொண்டுள்ள இறைவனைத் தாலவனேசுவரர் என்றும் சௌந்தரேசுவரர் என்றும் அழைக்கின்றனர். தாலம் என்றால் பனை என்று பொருள். இறைவியின் பெயர் பெரிய நாயகி. இங்குள்ள இறைவனைப் பனையடியப்பன் என்றும் பனங்காட்டிறைவன் என்றும் போற்றுகின்றனர்.

கரிகால் வளவனின் தந்தை இளஞ்சேட் சென்னி. மாமனார் இரும்பிடர்த் தலையார். கரிகால் வளவன் கருவில் இருக்கும்போதே அவனது தாயாதிகள் இளஞ்சேட் சென்னியைக் கொன்றுவிட்டனர். அப்போது பிறந்த கரிகால் வளவனையும் கொல்ல முயன்றனர். கரிகால் வளவனையும் அவனது தாயையும் தாய்மாமனான இரும்பிடர்த் தலையார் இந்தப் பனையூரில் மறைவாக வைத்துக் காப்பாற்றினார் என்று கூறுகிறார்கள்.

திருப்பனையூரின் எல்லையைச் சுந்தரரும் அடியவர்களும் நெருங்கும்போது இறைவன் காட்சி அளித்ததுடன் திருநடனமும் புரிந்தான். அந்தத் திருநடனத்தைக் கண்ட அவர்கள் திருக்கோயிலுக்கு வந்தனர்.

**செய்ய சடையார் திருப்பனையூர்ப்**
**புறத்துத் திருக்கூத்தொடும் காட்சி**
**எய்த அருள எதிர்சென்று ஆங்கு**
**எழுந்த விருப்பால் விழுந்து இறைஞ்சி**

ஐயர் தம்மை அரங்காட வல்லார்
அவரே அழகியர் என்று
உய்ய உலகு பெறும்பதிகம்
பாடி அருள் பெற்று உடன் போந்தார் [3205]

இறைவன் முன் நின்று பணிந்தார். 'இறைவா! உனது திருக்கூத்தினை எனக்காக வந்த நிகழ்த்திய புண்ணியா!' என்று போற்றிப் பாடினார். அதனைத் தொடர்ந்து இறைவன் மேல் திருப்பதிகமும் பாடி அருளினார்."

மாட மாளிகை கோபுரத்தொடு
மண்டபம் வளரும் வளர் பொழில்
பாடல் வண்டு அறையும்
பழனத் திருப்பனையூர்
தோடு பெய்து ஒரு காதினில் குழை தூங்க
தொண்டர்கள் துள்ளிப்பாட நின்று
ஆடும் ஆறு வல்லார்
அவரே அழகியரே [ஏழாம் திருமுறை : 882]

திருப்பனையூரில் வேளாண் தொழில் வளர்ந்து வருகிறது. அதன் வளர்ச்சிக்கு ஏற்ப அங்கே மாட மாளிகைகளும் வளர்ந்து வருகின்றன. அங்குள்ள சோலைகளில் வண்டுகள் இன்னிசை பாடுகின்றன. சிவபெருமான் ஒரு காதினில் தோடும் இன்னொரு காதினில் குழை என்னும் அணிகலனும் தொங்கும்படியாக உமையொரு பாகனாகக் காட்சி அளிக்கிறான். அடியவர்கள் மகிழ்ந்து ஆடிப்பாடும் படியாக ஆடும் சிவபெருமானே அழகன் என்று பாடியுள்ளார் சுந்தரர்.

திருப்புகலூரில் பெற்ற பொன் கட்டிகளின் மாற்றினைப் பனையூரில் உள்ள விநாயகப் பெருமான் பார்த்துக் கூறியதாகவும் இந்தப் பனையூர் வரலாறு தெரிவிக்கிறது.

✧

# நன்னிலம்

பனையூரிலிருந்து திருவாரூருக்கு வந்த சுந்தரர் அங்குள்ள இறைவனை வணங்கினார். தான் கொண்டுவந்த தங்கக் கட்டிகளை எல்லாம் பரவையாரிடம் வழங்கிப் பங்குனி உத்திரத் திருநாளைச் சிறப்பாகக் கொண்டாடும்படி பணித்தார். பின்னர், அங்கிருந்து நன்னிலத்திற்குப் புறப்பட்டார். திருவாரூர் மாவட்டத்தில் அமைந்துள்ள ஊர் நன்னிலம். இங்கே மதுவனேசுவரர் என்னும் பெயரில் சிவபெருமான் கோயில் கொண்டுள்ளான். இறைவியின் பெயர் மதுவனேசுவரி. மாடக்கோயில் வகையைச் சேர்ந்த இத்திருக்கோயிலை அமைத்தவன் கோச்செங்கண்ணான்.

தண்ணியல் வெம்மையினான்
தலையில் கடைதோறும் பலி
பண்ணியல் மென்மொழியார்
இடக்கொண்டு உழல் பண்டாரங்கள்
புண்ணிய நான்மறையோர் முறையால்
அடி போற்றி இசைப்ப
நண்ணிய நன்னிலத்துப் பெருங்
கோயில் நயந்தவனே [சுந்தரர் தேவாரம்:995]

எனத் தொடங்கும் திருப்பதிகத்தைப் பாடி வணங்கினார் சுந்தரர்.

நன்னிலத்திலிருந்து திருவீழி மிழலைக்குப் புறப்பட்டார் சுந்தரர். அங்கே உள்ள அடியார்கள் அனைவரும் ஒன்றுகூடிச் சுந்தரரை வரவேற்றனர். பின்னர், அங்குள்ள இறைவனை வணங்கிப் பாடினார். அங்கிருந்து திருவாஞ்சியத்திற்குப் புறப்பட்டார்.

திருவாஞ்சியம் என்பது திருவாரூர் மாவட்டத்தில் அமைந்துள்ளது. இங்கே கோயில் கொண்டுள்ள இறைவனின் பெயர் வாஞ்சி நாதேசுவரர். இறைவியின் பெயர் வாழ வந்த நாயகி.

வாசி அறிந்து காசளிக்க
வல்ல மிழலை வாணர்பால்
தேசுமிக்க திருவருள்முன்
பெற்றுத் திருவாஞ்சியத்து அடிகள்
பாசம் அறுத்து ஆட்கொள்ளும் தாள்
பணிந்து பொருவனார் என்னும்
மாசில் பதிகம் பாடி அமர்ந்து
அரிசில் கரைப்புத்தூர் அணைந்தார் [2212]

பாவத்திலிருந்து காத்தருளும் திருவாஞ்சியத்து இறைவனை வணங்கிய சுந்தரர் அங்கிருந்து அடியார்களுடன் அரிசில் கரைப்புத்தூருக்குச் சென்றார். அவ்வாறு அரிசில் கரைப்புத்தூருக்குச் செல்லும் வழியில் உள்ள திருநறையூர் என்னும் திருத்தலத்தில் சித்தீச்சுரத்தில் உள்ள இறைவனை வணங்கினார். திருநறையூரில் கோயில் கொண்டுள்ள இறைவனின் திருப்பெயர் சித்தநாதேசுவரர். இறைவியின் பெயர் அழகாம்பிகை.

கும்பகோணத்திலிருந்து நாச்சியார்கோயிலுக்குப் போகும் வழியில் அரிசில் கரைப்புத்தூர் அமைந்துள்ளது. தற்போது இந்த ஊர் அழகாபுத்தூர் எனப்படுகிறது. இங்கே கோயில் கொண்டுள்ள இறைவனைப் படிக்காசு நாதர் என்றும் இறைவியை அழகம்மை என்றும் போற்றுகின்றனர். புகழ்த்துணை நாயனார் இந்த ஊரில்தான் அவதரித்தார். இங்கே சுந்தரருக்கும் பரவை நாச்சியாருக்கும் வழிபாடு நடைபெறுகிறது.

செழுநீர் நறையூர் நிலவு திருச்
சித்தீச்சரமும் பணிந்து ஏத்தி
விழு நீர்மையினில் பெருந்தொண்டர்
விருப்பினோடும் எதிர்கொள்ள
மழுவோடு இளமான் கரதலத்தில்
உடையார் திருப்புத்தூர் வணங்கித்
தொழு நீர்மையினில் துதித்து ஏத்தித்
தொண்டர் சூழ உறையு நாள் [3213]

திருநறையூர், அரிசில் கரைப்புத்தூர் ஆகிய ஊர்களில் திருப்பதிகம் பாடிய சுந்தரர் அங்கே தங்கியிருந்த வேளையில்

புகழ்த்துணை நாயனாரைச் சந்தித்தார். பின்னர் அங்கிருந்து பல திருத்தலங்களுக்குச் சென்றபின் திருவாவடுதுறையை அடைந்தார். திருவாவடுதுறை இறைவனைப் பணிந்தபின் அங்கிருந்து திருவிடைமருதூரை அடைந்தார்.

திருவிடைமருதூரில் கோயில் கொண்டுள்ள இறைவனின் பெயர் மகாலிங்கேசுவரர். இறைவியின் பெயர் பெருமுலையாள். இத்திருக்கோயிலின் மரம், மருத மரம். இந்தியாவில் மருத மரத்தைத் தலமரமாகக் கொண்ட திருக்கோயில்கள் மூன்று உள்ளன. முதலாவது திருக்கோயில் கர்னூலுக்கு அருகில் திருப்பருப்பதம் என்னும் ஸ்ரீசைலத்தில் உள்ள மல்லிகார்ச்சுனேசுவரர் ஆலயம். இரண்டாவது இடைமருதூரில் உள்ள மகாலிங்கேசுவரர் ஆலயம். மூன்றாவது அம்பாசமுத்திரத்தில் உள்ள திருப்புடைமருதூர் ஆலயம்.

<blockquote>
மன்னும் மருதின் அமர்ந்தவரை<br>
வணங்கி மதுரச் சொல்மலர்கள்<br>
பன்னிப் புனைந்து பணிந்து ஏத்திப்<br>
பரவிப் போந்து தொண்டருடன்<br>
அந்நற்பதியிலிருந்து அகல்வார்<br>
அரனார் திருநாகேச்சுரத்தை<br>
முன்னிப் புக்கு வலங்கொண்டு<br>
முதல்வர் திருத்தாள் வணங்கினார்     [3217]
</blockquote>

திருவிடைமருதூர் இறைவன் மேல் திருப்பதிகம் பாடிப் பணிந்த சுந்தரர் அங்கிருந்து திருநாகேச்சுரத்திற்குச் சென்றார்.

# திருநாகேச்சுரம்

கும்பகோணத்திலிருந்து காரைக்கால் செல்லும் பாதையில் திருநாகேச்சுரம் அமைந்துள்ளது. இங்கே கோயில் கொண்டுள்ள இறைவனின் பெயர் நாகநாதர். இறைவி பெயர் பிறையணி வாள் நுதலாள். இந்தத் திருத்தலத்தை இராகு திருத்தலம் என்று போற்றுகின்றனர்.

சுசீலர் என்னும் முனிவரின் மகன் சுகர்மன். அவனைத் தக்ககன் என்னும் பாம்பு தீண்டிவிட்டது. அந்தப் பாம்பின்மேல் கோபம்கொண்ட சுசீல முனிவர் அந்தப் பாம்பினை மனிதனாகப் பிறவி எடுக்குமாறு சாபமிட்டார். அந்தச் சாபத்திலிருந்து விடுபடுவதற்காக நாக நாதரை வழிபட்டதாக அறியமுடிகிறது. அந்தத் தக்ககனின் பெயர்தான் ராகு. ராகுவின் சாபம் நீங்கிய திருக்கோயில் இது என்பதால் இதனை ராகு தலம் என்கின்றனர். ராகுவும் தனது மனைவியரான நாக கன்னி, நாகவல்லி ஆகியோருடன் இங்கே அருள்புரிகிறான் என அறியமுடிகிறது.

பிறை அணி வாள் நுதலாள்
        உமையாள் அவள் பேழ் கணிக்க
நிறை அணி நெஞ்சு அனுங்க
        நீலமால் விடம் உண்டது என்னே?
குறை அணி குல்லை முல்லை
        அளைந்து குளிர் மாதவி மேல்
சிறை அணி வண்டுகள் சேர்
        திருநாகேச்சுரத்து அரனே

[சுந்தரர் தேவாரம்: 1006]

என்னும் திருப்பதிகத்தைச் சுந்தரர் திருநாகேச்சுரத்தில் பாடி அருளினார். திருநாகேச்சுரத்திலிருந்து புறப்பட்டுச் சிவபுரம் முதலான திருக்கோயில்களுக்குச் சென்ற சுந்தரர், திருக்கலய நல்லூரை அடைந்தார்.

தஞ்சாவூர் மாவட்டத்தில் கும்பகோணம் வட்டத்தில் சாக்கோட்டையில் அமைந்துள்ள திருக்கோயில் திருக்கலச நாதர் திருக்கோயில். கோயில் அமைந்திருக்கும் இடத்தைக் கலய நல்லூர் என்கின்றனர். இறைவனை அமிர்த கலய நாதர் எனவும் போற்றுகின்றனர். இறைவியை அமிர்தவல்லி என்று வணங்குகின்றனர்.

> செம்மை மறையோர் திருக்கலய
> நல்லூர் இறைவர் சேவடிக் கீழ்
> மும்மை வணக்கம் பெற இறைஞ்சி
> முன்பு பரவித் தொழுது எழுவார்
> கொம்மை மருவு குரும்பை முலை
> உமையாள் என்னும் திருப்பதிகம்
> மெய்ம்மைப் புராணம் பலவும் மிகச்
> சிறப்பித்து இசையின் விளம்பினார் [3219]

திருக்கலய நல்லூர் இறைவனை மனத்தாலும் சொல்லாலும் உடலாலும் தொழுது வணங்கினார் சுந்தரர். இறையருளைப் பெற்றபின் அங்கிருந்து குடமூக்கு எனப்படும் கும்பகோணத்திற்குச் சென்றார். கும்பகோணத்தில் கோயில்கொண்டுள்ள அமிர்த கடேசுவரரைப் போற்றிப் பணிந்தார்.

திருவலஞ்சுழி முதலான ஊர்களுக்குச் சென்றபின் திருநாவுக்கரசரின் திருப்பதிகத்தைக் கேட்டு, சிவபெருமான் தனது திருவடியால் அருள் வழங்கிய திருநல்லூரை அடைந்தார்.

# திருச்சோற்றுத் துறை

நல்லூர் இறைவனைப் போற்றிப் பணிந்த சுந்தரர் அருகிலுள்ள எல்லாச் சிவாலயங்களுக்கும் சென்று இறைவனைப் பணிந்தார். அதன்பிறகு சோற்றுத்துறையை அடைந்தார்.

> நல்லூர் இறைவர் கழல் போற்றி
> நவின்று நடுவு நம்பர் பதி
> எல்லாம் இறைஞ்சி ஏத்திப் போய்
> இசையால் பரவும் தம்முடைய
> சொல் ஊதியமா அணிந்தவர் தம்
> சோற்றுத் துறையின் மருங்கு எய்தி
> அல்லூர் கண்டர் கோயிலினுள்
> அடைந்து வலங்கொண்டு அடி பணிவார் [3221]

அப்பர், சம்பந்தர், சுந்தரர் என மூவராலும் பாடப்பெற்ற ஊர் திருச்சோற்றுத் துறை. இங்கே கோயில் கொண்டுள்ள இறைவனைச் சோற்றுத்துறை நாதர் என்றும் ஓதனவனேசுவரர் என்றும் வணங்குகின்றனர். இறைவியை அன்னபூரணி எனப் போற்றுகின்றனர்.

சோழநாட்டில் ஒருமுறை பெரும்பஞ்சம் ஏற்பட்டது. எல்லோரும் உணவு கிடைக்காமல் அலைந்தனர். சோற்றுத்துறை நாதருக்குப் பூசை செய்யும் பூசாரிகூடப் பஞ்சத்தின் காரணமாகப் பூசையை நிறுத்திவிட்டுப் போய்விட்டார். அதன்பிறகு கோயில் பணியாளன் ஒருவன் மட்டும் விளக்கேற்றி வந்தான். அவனும் தாங்கமுடியாத பஞ்சத்தால் அதனை நிறுத்திவிட்டான்.

சோற்றுத்துறை நாதர் திருக்கோயிலில் விளக்கேற்றப்படாமல் இருக்கும் துன்பநிலையை அருளாளன் என்பவன் கண்டு மிகவும்

வருந்தினான். இவ்வளவு பெரிய பஞ்சம் ஏற்பட்டது ஏன் என இறைவனிடம் கேட்டான். பதில் வராத காரணத்தால் கோயில் தூணில் அவன் தலையை முட்டினான். அப்போது திடீரென்று மழைப் பெய்தது. ஆற்றில் வெள்ளம் வந்தது. அந்த வெள்ளத்தில் ஒரு பாத்திரம் மிதந்து வந்தது.

திடீரென்று வானத்திலிருந்து ஓர் ஒலிக் கேட்டது. ‘ஆற்றில் வரும் அந்தப் பாத்திரத்தை எடுத்துக்கொண்டு வா! அது அள்ளஅள்ளக் குறையாத உணவு வழங்கும் அட்சயப் பாத்திரம். இதனைக் கொண்டு எல்லோருடைய பசியையும் போக்குவாய்’ என்றது அந்த ஒலி.

அருளாளன் அந்தப் பாத்திரத்தை எடுத்துக்கொண்டு வந்து அதிலிருந்து வந்த உணவினால் எல்லோருடைய பசித் துன்பத்தையும் போக்கினான் என்கிறார்கள். அருளாளன், அவனது மனைவி ஆகியோரது சிற்பம் இத்திருக்கோயிலின் கருவறைக்கு அருகில் அமைந்துள்ளது.

**அழல் நீர் ஒழுகி அனைய எனும்**
**அஞ்சொல் பதிகம் எடுத்து அருளிக்**
**கழல் நீடிய அன்பினில் போற்றும்**
**காதல் கூரப் பரவியபின்**
**கெழுநீர்மையினில் அருள் பெற்றுப்**
**போந்து பரவையார் கேள்வர்**
**முழு நீறு அணிவார் அமர்ந்த பதி**
**பலவும் பணிந்து முன்னுவார்** [3222]

திருச்சோற்றுத் துறை இறைவனைப் பணிந்து வணங்கிப் பதிகம் பாடிய சுந்தரர் அங்கிருந்து புறப்பட்டு அருகிலுள்ள திருத்தலங்கள் அனைத்தையும் போற்றிப் பணிந்தார்.

✧

## மறந்தாய் மழபாடியை

திருக்கண்டியூர் இறைவனைப் போற்றிப் பணிந்த சுந்தரர் அங்கிருந்து திருவையாற்றுக்குச் சென்றார். காவிரி, குடமுருட்டி, வெண்ணாறு, வெட்டாறு, வடவாறு என்னும் ஐந்து ஆறுகள் பாய்வதால் திருவையாற்றுக்கு இந்தப் பெயர் வந்தது. இங்கே கோயில் கொண்டுள்ள இறைவனை ஐயாறப்பர் என்று போற்றி வணங்குகின்றனர். இங்கே கோயில் கொண்டுள்ள இறைவியின் திருப்பெயர் அறம் வளர்த்த நாயகி.

திருவையாற்றைத் தொடக்கமாகக் கொண்டு இப்பகுதியில் ஏழு கோயில்கள் புகழ் வாய்ந்தவை. திருவையாறு, திருப்பழனம், திருச்சோற்றுத் துறை, திருவேதிகுடி, திருக்கண்டியூர், திருப்பூந்துருத்தி, திருநெய்த்தானம் என்பவை அவை. இவற்றை சப்த ஸ்தலங்கள் எனவும் கூறுவர்.

ஐயாறப்பரை வணங்கிய சுந்தரர் அங்கிருந்து புறப்பட்டுப்போய், பூந்துருத்தியில் கோயில் கொண்டுள்ள இறைவன் புஷ்பவனேசுவரர் என்னும் பொய்யிலியரை வணங்கியபின் திரு ஆலம்பொழிலுக்குச் சென்றார்.

திருவாலம்பொழிலில் ஆத்மநாதேசுவரர் என்னும் வடமூலேஸ்வரர் கோயில் கொண்டுள்ளார். பொதுவாக எல்லாத் திருக்கோயில்களிலும் மூலவர் கிழக்கு நோக்கி அமர்ந்திருப்பார். ஆனால், ஆலம்பொழிலில் இறைவன் மேற்கு நோக்கி அமர்ந்திருக்கிறான்.

ஆலம்பொழில் இறைவனை வணங்கிய சுந்தரர் அங்கேயே இரவில் தங்கினார்.

சுந்தரர் தூங்கிக் கொண்டிருக்கும்போது கனவில் தோன்றினான் இறைவன். 'திருமழபாடிக்கு வருவதற்கு மறந்துவிட்டாயோ?' என்று தோடணிந்த இறைவன் கேட்டான்.

துயில் நீங்கிய சுந்தரர், திருமழபாடிக்குச் செல்ல ஏற்பாடு செய்தார். காலையிலேயே காவிரியாற்றின் வடகரைக்குச் சென்று மழபாடி நோக்கிச் சென்றார்.

தற்போது அரியலூர் மாவட்டத்தில் உள்ளது திருமழபாடி. இங்கே கோயில் கொண்டுள்ள இறைவனின் திருப்பெயர் வைத்தியநாதன். இறைவியின் பெயர் பாலாம்பிகை, சுந்தராம்பிகை. இருவருக்கும் தனித்தனிச் சந்நிதிகள் உள்ளன.

திருவையாற்றில் குழந்தைப்பேறு இல்லாமல் இருந்த சிலாத முனிவர் வேள்வி செய்வதற்கு நிலத்தை உழும்போது பெட்டி ஒன்றிலிருந்து ஒரு குழந்தைக் கிடைத்தது. அந்தக் குழந்தைக்கு ஜபேசர் எனப் பெயர்ச்சூட்டி வளர்த்து வந்தார். அந்த ஜபேசரை நந்திதேவர் என்றும் சிவபெருமானின் பூதகணங்களுக்குத் தலைவன் என்றும் போற்றுகிறோம்.

ஜபேசர் என்ற நந்திதேவர், திருமழபாடிக்கு வந்து அங்கே சுயசாம்பிகை என்னும் பெண்ணைத் திருமணம் புரிந்ததாகத் தெரிவிக்கிறார்கள். ஒவ்வோர் ஆண்டும் இந்தத் திருமண நிகழ்ச்சி இங்கே வெகுச் சிறப்பாக நடைபெறுகிறது.

மழபாடியினில் வருவதற்கு
நினைக்க மறந்தாயோ என்று
குழகு ஆகிய தம் கோலம் எதிர்
காட்டி அருளக் குறித்து உணர்ந்து
நிழலார் சோலைக் கரைப் பொன்னி
வடபால் ஏறி நெடுமாடம்
அழகார் வீதி மழபாடி
அணைந்தார் நம்பி ஆரூரர் (3224)

காவிரியைப் பார்த்தபடி காட்சியளிக்கும் மழபாடியின் திருக்கோபுரத்தைக் கண்களால் கண்டதும் பணிந்து வணங்கினார் சுந்தரர். நேரே இறைவனின் திருக்காட்சியைக் காண்பதற்காக உள்ளே சென்றார்.

மழபாடி இறைவனை மறந்தேன் என இறைவனே சுட்டிக்காட்டும் வகையில் நேர்ந்துவிட்டதே என வருந்திய சுந்தரர் பொன்னார் மேனியனே எனத் தொடங்கும் பதிகத்தைப் பாடினார்.

பொன்னார் மேனியனே
　　புலித்தோலை அரைக்கு அசைத்து
மின்னார் செஞ்சடை மேல்
　　மிளிர் கொன்றை அணிந்தவனே
மன்னே மாமணியே
　　மழபாடியுள்ள மாணிக்கமே
அன்னே உன்னை அல்லால்
　　இனி யாரை நினைக்கேனே　　　[7:24:1]

　　இந்தப் பதிகத்தில் உன்னைத்தவிர வேறு யாரை நான் நினைப்பேன் என்னும் கருத்தினை உள்வைத்துப் பாடியுள்ளார்.

　　திருமழபாடியில் அன்பருடன் பலநாள் தங்கியபின் அங்கிருந்து மேற்கு நோக்கித் தனது பயணத்தைத் தொடர்ந்தார்.

# திருவானைக்கா

சிவன் வீற்றிருக்கும் பலத் திருக்கோயில்களுக்குச் சென்று இறைவனை வணங்கிய சுந்தரர் திருவானைக்காவினை அடைந்தார்.

சுந்தரரைத் திருவானைக்காவில் உள்ள அடியார்கள் வரவேற்றார்கள். அவர்களது வரவேற்பிற்கு எதிர்வணக்கம் செய்தபடி திருக்கோயிலுக்குள் சென்று இறைவனை வணங்கினார்.

> செய்ய சடையார் திருவானைக்
>    காவில் அணைந்து திருத்தொண்டர்
> எய்த முன்வந்து எதிர்கொள்ள
>    இறைஞ்சிக் கோயிலுள் புகுந்தே
> ஐயர் கமலச் சேவடிக் கீழ்
>    ஆர்வம் பெருக வீழ்ந்து எழுந்து
> மெய்யும் முகிழ்ப்பக் கண்பொழிநீர்
>    வெள்ளம் பரப்ப விம்முவார் [3227]

இறைவனைக் காணும்போது சுந்தரரின் உள்ளமும் உடலும் விம்மின. அவரது கண்களில் ஆனந்தக் கண்ணீர் பொங்கியது.

திருவானைக்காவில் கோயில் கொண்டுள்ள இறைவனை நான்குமறைகள் முதலான அனைத்தும் புகழ்கின்றன என்னும் பொருள்கொண்ட பதிகத்தைப் பாடி அருளினார்.

சுந்தரர் காலத்தில் உறையூரை ஆண்ட சோழ மன்னன் கழுத்தில் மணிமாலை அணிந்தபடி காவிரியில் நீராடினான். நீராடும்போது அவனது கழுத்திலிருந்த மணிமாலை தண்ணீருடன் சென்றுவிட்டது. உடனே அந்த மன்னன், சிவனை நினைத்தபடி, 'இறைவா இந்த மணி மாலையை ஏற்றுக்கொள்' என்றான்.

இறைவனைத் திருமுழுக்காட்டுவதற்குக் காவிரியில் தண்ணீரைக் குடத்தில் எடுக்கும்போது அந்த மணிமாலையும் குடத்துடன் சென்று சிவபெருமானின் மார்பில் அணிகலன் ஆகிவிட்டது. இந்த வரலாற்றையும் தனது பதிகத்தில் வைத்துப் பாடினார் சுந்தரர்.

வளவர் பெருமான் மணி ஆரம்
சாத்திக் கொண்டு வரும் பொன்னிக்
கிளரும் திரைநீர் மூழ்குதலும்
வழுவிப் போகக் கேதம் உற
அளவில் திருமஞ்சனக் குடத்துள்
அது புக்கு ஆட்ட அணிந்து அருளித்
தளரும் அவனுக்கு அருள் புரிந்த
தன்மை சிறக்கச் சாற்றினார்        [3229]

மணிமாலை கழன்றுவிட்டது என வருந்திய மன்னனின் மனம் மகிழும்படியாக அதனைத் தனது அணியாக இறைவன் ஏற்றுக்கொண்டதால் சோழ மன்னன் வருத்தம் நீங்கி மகிழ்ந்தான் என்னும் செய்தியைப் பாடி மகிழ்ந்தார் சுந்தரர். திருச்சிக்கு அருகிலுள்ள திருக்கோயில்களுக்கும் சென்ற சுந்தரர் திருப்பாச்சிலாச் சிரமத்திற்குச் சென்றார்.

## பொன் கேட்டார்

திருப்பாச்சிலாச்சிரமத்திற்குச் சென்று இறைவனை வணங்கிய சுந்தரர் தனது பொருள் தேவையை நிறைவு செய்யுமாறு இறைவனிடம் வேண்டிப் பாடினார்.

பொன் பெற்றால்தான் தனது அன்பர்களுக்கு உணவு வழங்க முடியும் என்ற நிலையில் 'இறைவன் இல்லை' என இகழ்ந்து பாடினார்.

இதற்குமேலும் சுந்தரனைச் சோதிக்கக்கூடாது என்று நினைத்த இறைவன் பொன்முடிப்பை அருளினான். அந்தப் பொன் முடிப்பையே சுந்தரர் பார்த்துக்கொண்டிருந்தார். அப்போது அருகிலிருந்த ஒருவர், "பொன் முடிப்பையே ஏன் பார்த்துக் கொண்டிருக்கிறீர்கள்?" என்று கேட்டார். அதற்குச் சுந்தரர், "இது மாற்றுக் குறையாமலிருக்குமா? என்னும் சந்தேகத்தில் பார்த்தேன்" என்றார்.

அப்போது அங்கே இருவர் வந்தனர். வந்தவரில் ஒருவர் அந்தப் பொன்னை உரைத்துப் பார்த்து, 'மாற்றுக் குறையாதது' என்றார். அருகில் நின்றவரும் அதனையே வழிமொழிந்தார். சிவபெருமானும் திருமாலுமே வந்து பொன்னின் மாற்றுக் குறையாத தன்மையைத் தெரிவித்ததாகத் திருப்பாச்சிலாச்சிரமத்துக் கோயில் வரலாறு தெரிவிக்கிறது. இந்த நிகழ்வின் காரணமாக இறைவனை மாற்றுரை வரதர் எனவும் போற்றுகின்றனர். இறைவியின் திருப்பெயர் பாலாம்பிகை.

தற்காலத்தில் இந்த ஊரின் பெயரைத் திருவாசி என அழைக்கின்றனர்.

> சென்று திருக்கோபுரம் இறைஞ்சித்
> தேவர் மலிந்த திருந்துமணி
> முன்றில் வலம்கொண்டு உள் அணைந்து
> முதல்வர் முன்பு வீழ்ந்து இறைஞ்சி
> நன்று பெருகும் பொருள் காதல்
> நயப்புப் பெருக நாதர் எதிர்
> நின்று பரவி நினைந்த பொருள்
> அருளாது ஒழிய நேர்நின்று (3230)

என்னும் பாடலில் இறைவனிடம் சுந்தரர் பொன் கேட்டதைப் பாடியுள்ளார் சேக்கிழார். இறைவனைத் தோழனாகக் கொண்டவர் சுந்தரர் என்ற காரணத்தால் பொருள் வழங்காததால் கோபம்கொண்டு இறைவனே இல்லை என்றும் பாடினார்.

இறைவன் பொன்முடிப்பைக் கொடுத்தவுடன் தான் இகழ்ந்து பாடியதைப் பொறுத்தருள வேண்டும் என்றும் அதே பதிகத்தில் பாடி அருளினார் சுந்தரர்.

திருப்பாச்சிலாச்சிரமத்தில் தங்கி அருகிலுள்ள திருக்கோயில்களுக்குச் சென்று வழிபட்டு வந்தார் சுந்தரர். பின்னர், அங்கிருந்து புறப்பட்டுப்போய், திருப்பைஞ்ஞீலியை அடைந்தார். அங்குள்ள இறைவனைப் பணிந்தபின் ஈங்கோய் மலை சென்று வணங்கிய சுந்தரர் பாண்டிக் கொடுமுடியை அடைந்தார்.

பாண்டிக் கொடுமுடி என்று அழைக்கப்பட்ட இந்த ஊரைத் தற்காலத்தில் கொடுமுடி என்று அழைக்கின்றனர். இங்கே கோயில்கொண்டுள்ள இறைவனை மகுடேசுவரர் என்றும் இறைவியைத் திரிபுரசுந்தரி என்றும் வணங்குகின்றனர். இங்கே சுந்தரர் பாடிய பதிகத்தை நமச்சிவாயப் பதிகம் என்பர். ஒவ்வொரு பாடலின் இறுதியிலும் நமச்சிவாய என நிறைவடைவதால் இவ்வாறு கூறினர்.

கொடுமுடி இறைவனைப் பாடிய சுந்தரர் வழியில் உள்ள திருத்தலங்களை வணங்கியபின் பேரூரை அடைந்தார். பேரூரில் இறைவன், சுந்தரருக்குத் தில்லைத் திருக்காட்சியை வழங்கினான். இறைவனின் காட்சியைக் கண்ணாரக் கண்டு பதிகம் பாடிய சுந்தரர் கற்குடிக்கு வந்தார்.

கற்குடியை உய்யக் கொண்டான் மலை என்றும் கூறுவர். இங்கே கோயில் கொண்டுள்ள இறைவனை விழுமியார் என்றும் உஜ்ஜீவநாதர் என்றும் கூறுகின்றனர். இறைவியின் திருப்பெயர்

அஞ்சனாட்சி. மார்க்கண்டேயன் வரலாற்றுடன் இந்தத் திருக்கோயிலைத் தொடர்புப்படுத்தி வரலாறு கூறப்படுகிறது.

வீடுதரும் இக்கற்குடியில்
    விழுமியாரைப் பணிந்து இறைஞ்சி
நீடு விருப்பில் திருப்பதிகம்
    நிறைந்த சிந்தையுடன் பாடிப்
பாடும் விருப்பில் தொண்டருடன்
    பதிகள் பலவும் அணைந்து இறைஞ்சித்
தேடும் இருவர் காண்பு அரியார்
    திருவாறை மேல்தளி சென்றார்     [3245]

திருக்கற்குடியில் கோயில் கொண்டுள்ள இறைவனின் திருப்பெயரை விழுமியார் எனச் சேக்கிழார் குறிப்பிட்டிருப்பதால் உஜ்ஜீவநாதர் என்பது உயிர்களைக் காக்கும் தன்மையால் மார்க்கண்டேயன் கதையுடன் ஏற்பட்டத் தொடர்பினால் ஏற்பட்டிருக்கலாம். திருக்கற்குடியிலிருந்து திருவாறை மேல்தளிக்குச் சென்று சிவபெருமானை வழிபட்ட சுந்தரர், அருகிலுள்ள பல திருக்கோயில்களுக்கும் சென்று இறைவனை வணங்கினார். அங்கிருந்து புறப்பட்டுச் சென்று இன்னம்பர் இறைவனை வணங்கிய பின்னர் திருப்புறம்பயத்தினை அடைந்தார்.

# திருப்புறம்பயம்

திருப்புறம்பயத்தில் கோயில் கொண்டுள்ள இறைவனைச் சாட்சி நாதர் எனப் போற்றுகின்றனர். இறைவியைக் கரும்பன்ன சொல்லி என அழகியத் தமிழில் குறிப்பிடுகின்றனர். இத்திருக்கோயிலின் தல மரம், புன்னைமரம். எனவே, இறைவனைப் புன்னவன நாதர் எனவும் வணங்குகின்றனர்.

பிரளய வெள்ளம் ஏற்பட்டபோது இந்தத் திருப்புறம்பயம் வெள்ளத்தில் சிக்காமல் தப்பியது. வெள்ளத்திற்குப் புறம்பாக அமைந்ததால் இவ்வூரைப் புறம்பயம் என்று கூறினர். இந்த ஊரில்தான் திருமணம் ஆகாமல் மாமன் மகனுடன் வந்த பெண்ணுக்குத் திருஞானசம்பந்தர் திருமணம் செய்து வைத்தார். அதற்கு இறைவனே சாட்சியாக இருந்து, பின்னர் தேவைப்பட்ட இடத்திற்குச் சென்று சாட்சி சொன்னதால், இறைவனை சாட்சி நாதர் என்றும் வழிபடுகின்றனர்.

இத்தகைய சிறப்பு வாய்ந்த திருப்புறம்பயத்தை அடைந்த சுந்தரர் வரும் வழியெங்கும் பதிகம் பாடியபடியே வந்தார்.

> ஏரின் மருவும் இன்னம்பர்
>   மகிழ்ந்த ஈசர் கழல் வணங்கி
> ஆரும் அன்பில் பணிந்து ஏத்தி
>   ஆரா அருளால் அங்கு அமர்வார்
> போரின் மலியும் கரி உரித்தார்
>   மருவும் புறம்பயம் போற்றச்
> சேரும் உள்ளம் மிக்கு எழ மெய்ப்
>   பதிகம் பாடிச் செல்கின்றார் (3247)

இறைவனை நினைத்துத் திருக்கோபுரத்தைப் பணிந்தார். சுந்தரர் அங்கே வந்ததைக் கண்ட அடியார்கள் உள்ளம் மகிழ்ந்தனர். இறைவனே முதிய வேதியனாய் வந்து திருவெண்ணெய் நல்லூரில் ஆட்கொள்ளும் பெருமைப் பெற்ற சுந்தரரை நேரில் பார்க்கும் வாய்ப்புக் கிடைத்தது என்று ஒருவருக்கொருவர் பேசியபடி வந்து வரவேற்றனர்.

> அப்பதிக்கண் அமர்ந்த தொண்டரும்
> அன்று வெண்ணெய் நல்லூரினில்
> ஒப்பரும் தனி வேதியன் பழ
> ஓலை காட்டி நின்று ஆண்டவர்
> இப்பதிக்கண் வந்து எய்த என்ன
> தவங்கள் என்று எதிர் கொள்ளவே
> முப்புரங்கள் எரித்த சேவகர்
> கோயில் வாயிலில் முன்னினார்       [3249]

தொண்டர்களின் வரவேற்பினை ஏற்றுக்கொண்ட சுந்தரர் அவர்களுடன் திருக்கோயிலுக்குள் சென்றார். இறைவனது திருப்பாதத்தைப் போற்றிய சுந்தரர் தனது உடல் தரையில் படும்படியாக வீழ்ந்து வணங்கினார். பின்னர், அங்கிருந்து புறப்பட்டுத் தொண்டர்கள் புடைசூழ, இறைவன் கோயில் கொண்டுள்ள தலங்களுக்கு எல்லாம் சென்று பணிந்தார்.

திருப்புறம்பயத்திலிருந்து புறப்பட்ட சுந்தரர், திருமுதுகுன்றம் என்னும் விருத்தாசலத்திற்குச் செல்லும் நோக்கத்துடன் சென்றார். அங்கே வந்த முதியவரைப் பார்த்து, திருமுதுகுன்றத்திற்குச் செல்லும் வழியைக் கேட்டார். அதற்கு அந்த முதியவர் திருமுதுகுன்றத்திற்குச் செல்லும் வழியைச் சொல்லாமல் திருக்கூடலை ஆற்றுருக்குச் செல்லும் வழியைக் காட்டியதுடன் அவரும் உடன் சென்றார்.

சிறிது தூரம் சென்றதும் முன்னால் சென்ற அடியவரைக் காணவில்லை. ஆனால், அதற்குள்ளாகத் திருக்கூடலை ஆற்றூரை அடைந்திருந்தார் சுந்தரர்.

> கண்டவர் கைகள் கூப்பித்
> தொழு பின் தொடர்வார் காணார்
> வண்டலர் கொன்றையாரை
> வடிவுடை மழு என்று ஏத்தி
> அண்டர் தம் பெருமான் போந்த
> அதிசயம் அறியேன் என்று

கொண்டு எழு விருப்பினோடும்
கூடலை ஆற்றூர் புக்கார் (3255)

கூடலை ஆற்றூர் என்பது வெள்ளாறும் மணிமுத்தாறும் கூடும் இடம். இங்கே கோயில் கொண்டுள்ள சிவபெருமானை நர்த்தன வல்லபேசுவரர் என்றும் இறைவியரைப் பராசக்தி, ஞானசக்தி என்றும் போற்றுகின்றனர்.

அலகாபாத்தில் கங்கையும் யமுனையும் சங்கமிக்கும் இடத்தினைப் பிரயாகை என்று கூறுவர். அதைப் போன்று வெள்ளாறும் மணிமுத்தாறும் கூடும் இந்த இடத்தைத் தென் பிரயாகை என்று போற்றுகின்றனர்.

கூடலை ஆற்றூர் மேவும்
 கொன்றை வார் சடையினார்தம்
பீடு உயர் கோயில் புக்குப்
 பெருகிய ஆர்வம் பொங்க
ஆடகப் பொதுவில் ஆடும்
 அறைகழல் வணங்கிப் போற்றி
நீடு அருள் பெற்றுப் போந்து
 திருமுது குன்றின் நேர்ந்தார் (3256)

பொன்னம்பலத்தில் ஆடும் நடராசனைக் கூடலை ஆற்றூரில் வணங்கிய சுந்தரர் அங்கிருந்து புறப்பட்டுத் திருமுதுகுன்றத்திற்குச் சென்றார்.

## திருமுதுகுன்றம்

கடலூர் மாவட்டத்தில் அமைந்துள்ள புகழ்பெற்ற சிவத்தலம் திருமுதுகுன்றம். இதனை விருத்தாசலம் என்றும் பழமலை என்றும் போற்றுகின்றனர். தட்ப வெப்ப மாற்றத்தினால் மலையானது பொடிந்து மணலாகும் என்பது அறிவியல். இந்தக் குன்றத்தின் மேற்பகுதி முழுவதும் மணலாக மாறும் அளவிற்குப் பொடிந்துவிட்டது. அந்த அளவிற்குப் பழமையான மலை இது என்பதால், இதனைப் பழமலை என்று குறிப்பிடுகின்றனர். முதுகுன்றம், விருத்தாசலம், பழமலை என்பவை ஒரே பொருள் கொண்டவை.

மலை இங்கே கண்ணுக்குத் தெரியவில்லை என்றாலும் மலையில் வாழும் இயல்புகொண்ட குரங்குகள் இன்றும் இங்கே மிகுதியாக வாழ்கின்றன.

இந்த விருத்தாசலத்தில் கோயில் கொண்டுள்ள இறைவனைப் பழமலை நாதர் என்றும் இறைவியரை விருத்தாம்பிகை என்றும் பாலாம்பிகை என்றும் வழிபடுகின்றனர். இங்கே ஆழத்துப் பிள்ளையார் என்னும் பிள்ளையார் பள்ளமானப் பகுதியில் காணப்படுகிறார்.

விருத்தாசலத்தில் ஐந்து கோபுரங்கள் உள்ளன. நான்கு திசைகளிலும் நான்கு கோபுரங்கள் போக ஐந்தாவதாக அமைந்துள்ள கோபுரத்தைக் கண்டராதித்தர் கோபுரம் என்று அழைக்கிறார்கள். இத்தலத்தின் தல விருட்சம் வன்னி மரம்.

      தடநிலைக் கோபுரத்தைத்
      தாழ்ந்து முன் இறைஞ்சிக் கோயில்

புடைவலங்கொண்டு புக்குப்
 போற்றினர் தொழுது வீழ்ந்து
நட நவில்வாரை நஞ்சி
 இடை எனும் செஞ்சொல் மாலைத்
தொடை நிகழ் பதிகம் பாடித்
 தொழுதுகை சுமந்து நின்று       (3257)

திருக்கோயிலின் கோபுரங்களை வணங்கிய சுந்தரர் வலம் வந்து உள்ளே சென்று இறைவனைப் பணிந்து வணங்கினார். நஞ்சி இடை எனத் தொடங்கும் பதிகத்தைப் பாடி இறைவனைப் போற்றினார்.

விருத்தாசலத்தில் கோயில் கொண்டுள்ள இறைவனிடம் பொன் பெறவேண்டும் என்னும் நோக்கத்தில் வந்த சுந்தரர், தனது எண்ணத்தை நிறைவேற்றும்படி இறைவனிடம் வேண்டினார்.

நாதர்பால் பொருள் தாம் வேண்டி
 நண்ணிய வண்ணம் எல்லாம்
கோதறு மனத்துள் கொண்ட
 குறிப்பொடும் பரவும் போது
தாதவிழ் கொன்றை வேய்ந்தார்
 தர அருள் பெறுவார் சைவ
வேதியர் தலைவர் மீண்டும்
 மெய்யில் வெண் பொடியும் பாட       (3258)

திருமேனியில் திருநீற்றைப் பூசியவன் என்னும் பொருள் கொண்ட பதிகத்தைச் சுந்தரர் பாடியதும் இறைவன், பன்னிரண்டாயிரம் பொன் கொடுத்து அருளினான்.

பன்னிரண்டாயிரம் பொன் கிடைக்கும் என்று சுந்தரர் கருதவில்லை. தனது எதிர்பார்ப்பைவிட மிகுதியாகக் கிடைத்தப் பொன்னை எவ்வாறு திருவாரூருக்குக் கொண்டுபோய்ச் சேர்ப்பது என்னும் கவலை சுந்தரரை ஆட்கொண்டது. அந்தக் கவலையையும் போக்கும் ஆற்றல் பெற்றவன் பழமலை நாதர் என்று கருதியதால் அதையும் இறைவனிடமே முறையிட்டார்.

பனிமதிச் சடையார் தாமும்
 பன்னிரண்டு ஆயிரம் பொன்
நனி அருள் கொடுக்கும் ஆற்றால்
 நல்கிட உடைய நம்பி
தனி வரு மகிழ்ச்சி பொங்கத்
 தாழ்ந்து எழுந்து அருகு சென்று

கனி விட மிடற்றினார் முன்பு
இன்னொன்று கழறல் உற்றார் [3259]

அந்தக் காலத்தில் வழிப்பறிக் கொள்ளையர்கள் இருந்த காரணத்தால் பொன்னை எடுத்துக்கொண்டு நெடுந்தூரம் செல்ல இயலாது என்பதை உணர்ந்த சுந்தரர், அந்தப் பொன்னைத் திருவாரூரில் சேர்க்கும் பொறுப்பினையும் இறைவனே செய்தருள வேண்டும் என்று வேண்டினார்.

விருத்தாசலத்தில் இறைவனது திருக்கோயிலுக்கு அருகில் செல்லும் ஆற்றின் பெயர் மணிமுத்தாறு. அந்த மணிமுத்தாறு கடலில் கலக்காமல் வெள்ளாற்றுடன் கலக்கிறது. இறைவன் சுந்தரரைப் பார்த்து, 'இந்தப் பொன்னை எல்லாம் மணிமுத்தாற்றில் போடு! அந்தப் பொன்னை நான் திருவாரூரில் உள்ள கமலாலயத் திருக்குளத்தில் கிடைக்கச் செய்வேன்!' என்றுகூறி அருளினான்.

அருளும் இக் கனகம் எல்லாம்
அடியனேற்கு ஆரூர் உள்ளோர்
மருளுற வியப்ப அங்கே
வரப் பெற வேண்டும் என்னத்
தெருளுற எழுந்த வாக்கால்
செழுமணி முத்தாற்றிட்டுப்
பொருளினை முழுதும் ஆரூர்க்
குளத்தில் போய்க் கொள்க என்றார் [3260]

மணிமுத்தாற்றில் போட்டுவிட்டுத் திருவாரூர்க் கமலாலயத்தில் எடுத்துக்கொள் என்று இறைவன் சொன்னதைச் சுந்தரர் அப்படியே ஏற்றுக்கொள்ளவில்லை. அறிவின் துணைகொண்டு பார்த்தால் அது இயலாது என்பதனை அனைவரும் அறிவார்கள். அவ்வாறே சுந்தரரும் அதனை ஏற்றுக்கொள்ளவில்லை. அந்தப் பன்னீராயிரம் பொன்னில் ஒன்றை மட்டும் மச்சம் பார்ப்பதற்கு வசதியாகத் தன்னிடம் வைத்துக்கொண்டார். மீதம் உள்ள பதினோராயிரத்து தொள்ளாயிரத்துத் தொண்ணூற்று ஒன்பது பொன்னையும் மூட்டையாகக் கட்டி மணிமுத்தாற்றில் விட்டார்.

மணிமுத்தாறு விருத்தாசலத்தைக் கடந்து வெள்ளாற்றுடன் கலக்கிறது. வெள்ளாறானது சிதம்பரத்திற்கு அருகிலுள்ள பரங்கிப் பேட்டை என்னும் இடத்தில் கடலில் கலக்கிறது. எனவே, மணிமுத்தாற்றில் போட்ட பொன்னானது திருவாரூருக்கு ஆற்று வழியே செல்வதற்கு வாய்ப்பே இல்லை.

வெள்ளாற்றை வடவெள்ளாறு, தென்வெள்ளாறு என இரண்டு ஆறுகளாகக் கூறுவர். மணிமுத்தாறு சென்று சேரும் ஆறு, வட வெள்ளாறு ஆகும். தென் வெள்ளாறு என்னும் ஆறானது புதுக்கோட்டை மாவட்டத்தில் பாய்கிறது. இந்த இரண்டு ஆறுகளுமே காவிரி ஆற்றுடன் கலப்பதில்லை.

என்று தம்பிரானார் நல்கும்
    இன்னருள் பெற்ற பின்னர்
வன்தொண்டர் மச்சம் வெட்டிக்
    கைக் கொண்டு மணிமுத்தாற்றில்
பொன்திரள் எடுத்து நீருள்
    புகவிட்டுப் போதுகின்றார்
அன்று எனை வலிந்து ஆட்கொண்ட
    அருள் இதில் அறிவேன் என்று     [3261]

திருவெண்ணெய் நல்லூரில் என்னை ஆட்கொண்ட சிவபெருமானின் அருள் தன்மையை இதன் மூலம் அறிந்துகொள்ளலாம் என்று சுந்தரர் கருதியதைச் சேக்கிழாரும் இந்தப் பாடல் வாயிலாக உணர்த்தியுள்ளார்.

விருத்தாசலத்து இறைவனைப் போற்றி வணங்கிய சுந்தரர் அங்கிருந்து தில்லைக்குப் புறப்பட்டார். அவ்வாறு போகும் வழியில் உள்ள திருக்கோயில்களுக்கு எல்லாம் சென்று இறைவனைப் பணிந்து வணங்கினார். திருக்கடம்பூரில் உள்ள சிவபெருமானைப் போற்றிப் பாடிய பின்னர், சிதம்பரம் என்னும் தில்லையை அடைந்தார்.

# தில்லையில் சுந்தரர்

ஒரு காலத்தில் தில்லை மரங்கள் நிறைந்திருந்த காரணத்தால் இந்த ஊருக்குத் தில்லை வனம் என்னும் பெயர் ஏற்பட்டது. தற்போது இங்கே தில்லை மரங்கள் இல்லை என்றாலும் சிதம்பரத்திற்கு அருகிலுள்ள பிச்சாவரத்தில் தில்லை மரங்கள் உள்ளன.

கோயில் என்றால் அது சிதம்பரம் திருக்கோயிலைக் குறிக்கும் அளவிற்கு மிகவும் புகழ்பெற்ற கோயில் சிதம்பரம் கோயில். இங்கே பொற்சபையில் சிவபெருமான் நடனம் ஆடுகிறான். பஞ்சபூதத் தலங்களில் சிதம்பரம் ஆகாயத் தலம். இறைவன் எல்லா இடங்களிலும் பரந்து விரிந்துள்ளான் – உருவம் இல்லாதவன் என்பதனை விளக்குவதே சிதம்பர ரகசியம். அந்தச் சிதம்பர ரகசியத்தை இங்கே வந்து அறிந்துகொள்ளலாம்.

இறைவனை நடராஜர், சபாநாயகர் என்றெல்லாம் புகழ்ந்தாலும் லிங்க வடிவில் இங்கே கோயில் கொண்டுள்ள இறைவனின் திருப்பெயர் திருமூலநாதன் என்பதாகும். இறைவியின் திருப்பெயர் சிவகாமசுந்தரி.

இறைவனுடன் உமையம்மை போட்டி நடனம் ஆடிய ஊர் இந்தச் சிதம்பரம். போட்டி நடனத்தில் தோற்ற இறைவி, தில்லை காளியாக ஊருக்கு வெளியே கோயில் கொண்டுள்ளாள்.

தில்லை என்னும் சிதம்பரத்தின் தெருக்களில் திருநாவுக்கரசர் தனது உடல் மண்ணில் படும்படியாகப் பணிந்து இறைவனை வணங்கினார். அவ்வாறே சுந்தரரும் இறைவனை வணங்கினார்.

**பொற்றிரு வீதி தாழ்ந்து**
**புண்ணிய விளைவாய் ஓங்கும்**

நற்றிரு வாயில் நண்ணி
நறைமலி அலங்கல் மார்பர்
மற்றதன் முன்பு மண்மேல்
வணங்கி உள்புகுந்து பைம்பொன்
சுற்று மாளிகை சூழ் வந்து
தொழுது கை தலைமேல் கொள்வார்     [3264]

தலையில் கைகளைக் குவித்த சுந்தரர், கோபுர வாயில் நுழைந்து நடராஜரின் திருப்பாதத்தைப் போற்றிப் பணிந்தார். இறைவனது அருள் வெள்ளத்தை உள்ளத்தில் நிறைத்தபடி அத்திருக்கோயிலின் முன்பு தனது அங்கமெல்லாம் தரையில் படும்படியாகப் பணிந்து வணங்கினார். இறைவனைப் போற்றி 'மடித்தாடும் அடிமைக் கண்' எனத் தொடங்கும் பதிகத்தைப் பாடினார்.'

மடித்து ஆடும் அடிமைக்கண் அன்றியே
மனனே நீ வாழு நாளும்
தடுத்து ஆட்டித் தருமனார்
தமர் செக்கிலிடும் போது
தடுத்து ஆட்கொள்வான் கடுத்து ஆடும் கரதலத்தில்
தமருகமும் எரி அகலும் கரிய பாம்பும்
பிடித்து ஆடிப் புலியூர்ச் சிற்றம்பலத்து எம்
பெருமானைப் பெற்றாம் அன்றே     [7:90:1]

தருமன் என்னும் எமனது ஆணையால் நரகத்திற்குச் செல்லாமல் தடுத்து நம்மை நல்வழியில் வாழச் செய்பவன் சிவன் எனப் போற்றிப் பாடியுள்ளார் சுந்தரர். அங்கே வாழும் தில்லை வாழ் அந்தணர்களைப் போற்றிய பின் அங்கிருந்து கருப்பறியலூருக்குப் புறப்பட்டார்.

# கருப்பறியலூர்

கருப்பறியலூர் என்னும் ஊர் தற்காலத்தில் தலைஞாயிறு என அழைக்கப்படுகிறது. மயிலாடுதுறைக்கு அருகில் அமைந்துள்ள இந்த ஊரில் கோயில் கொண்டுள்ள இறைவனின் பெயர் குற்றம் பொறுத்த நாதர். இறைவியைக் கோல் வளை நாயகி என வணங்குகின்றனர்.

இராவணனின் மகனது பெயர் மேகநாதன். இவன் இந்திரனை வெற்றிக்கொண்டதால் இந்திரஜித் என்றும் போற்றுகின்றனர். கருப்பறியலூருக்கு மேலாகப் புஷ்பக விமானத்தில் மேகநாதன் பறந்தபோது திடீரென்று அவனால் பறக்க இயலவில்லை. அவ்வாறு பறக்க இயலாமல் போனதற்குக் காரணம் சிவபெருமான் என அறிந்து கீழே வந்து இறைவனை வணங்கினான்.

சிவபெருமானின் அருள் திறத்தை அறிந்த மேகநாதன் அந்தச் சிவலிங்கத்தை இலங்கைக்குக் கொண்டுசெல்ல விரும்பினான். அதற்கு முயன்ற அவனால் முடியவில்லை. மயங்கி விழுந்தான். இராவணன் வந்து சிவபெருமானை வழிபட்டுத் தனது மகனது மயக்கம் நீங்கப்பெற்று அழைத்துச் சென்றதாகவும் மேகநாதன் செய்த குற்றத்தை இறைவன் பொறுத்துக்கொண்டதால் குற்றம் பொறுத்த நாதர் என்றும் கூறுவதாக அறியமுடிகிறது.

மீளாத அருள் பெற்றுப் புறம் போந்து
திருவீதி மேவித் தாழ்ந்தே
ஆளான வன்தொண்டர் அந்தணர்கள்
தாம் போற்ற அமர்ந்து வைகி
மாளாத பேரன்பால் பொற்பதியை
வணங்கிப் போய் மறலி வீழத்

## தாளாண்மை கொண்டவர்தம் கருப்பறியலூர் வணங்கிச் சென்று சார்ந்தார் (3269)

இந்தத் திருக்கருப்பறியலூர் இறைவனை வணங்கிய சுந்தரர் அங்கிருந்து படிக்கரைக்குச் சென்றார்.

படிக்கரையைப் பழமண்ணிப் படிக்கரை என்றும் அழைக்கிறார்கள். பண்டைக்காலத்தில் இங்கே மண்ணியாறு என்னும் ஆறு பாய்ந்ததாகவும் அதன் அருகில் அமைக்கப்பட்ட திருக்கோயில் என்பதால் இதனைப் படிக்கரை என்று கூறுகிறார்கள். இந்த ஊர் தற்காலத்தில் இலுப்பைப்பட்டு என அழைக்கப்படுகிறது. வைத்தீசுவரன் கோயிலிலிருந்து பதினாறு கிலோமீட்டர் தொலைவில் உள்ளது.

இங்கே கோயில் கொண்டுள்ள இறைவனை நீலகண்டேசுவரர், படிக்கரை நாதர், முத்தீசுவரர், பரமேசுவரர், மகதீசுவரர் என்று அழைக்கின்றனர். இந்த ஐந்து பெயர்களில் ஐந்து சிவலிங்கங்கள் உள்ளன. இந்த ஐந்து சிவலிங்கங்களையும் பாண்டவர்கள் ஐவரும் வழிபட்டதாக அறியமுடிகிறது. இறைவியின் பெயர் மங்களாம்பிகை, அமிர்தவல்லி என்பவை ஆகும். இந்தத் திருக்கோயிலுக்கு வந்த சுந்தரர் திருப்பதிகம் பாடி வழிபட்டார்.

> கண் நுதலார் விரும்பு கருப்பறியலூரைக்
> கைதொழுது நீங்கிப் போய்க் கயல்கள் பாயும்
> மண்ணி வளம் படிக்கரையை நண்ணி அங்கு
> மாதொரு பாகத்தவர் தாள் வணங்கிப் போற்றி
> எண்ணில் புகழ்ப் பதிகமும் முன்னவன் என்று ஏத்தி
> ஏகுவார் வாழ்கொளிபுத்தூர் எய்தாது
> புண்ணியனார் போம் பொழுது நினைந்து மீண்டு
> புகுகின்றார் தலைக்கலன் என்று

எடுத்துப் போற்றி (3270)

திருப்பறியலூர் இறைவனை வணங்கிய சுந்தரர் அருகிலுள்ள வாழ்கொளிப் புத்தூருக்குச் செல்லாமல் பயணம் மேற்கொண்டார். திடீரென்று வாழ்கொளிப் புத்தூரின் நினைவு வரவே திரும்பி வந்து அந்த ஊருக்குச் சென்று அங்கே கோயில் கொண்டுள்ள மாணிக்க வண்ணரை வணங்கிப் பதிகம் பாடினார். அர்ஜுனன் வழிபட்ட கோயில் இது என்னும் செவிவழிக் கதையும் இந்த ஊரில் நிலவுகிறது. பின்னர் அங்கிருந்து முள்ளூரை அடைந்தார்.

❖

# முள்ளூர்

கானாட்டு முள்ளூர் என அழைக்கப் பெற்ற இந்த ஊரைத் தற்காலத்தில் கானாட்டம் புலியூர் என அழைக்கின்றனர். இங்கே கோயில் கொண்டுள்ள இறைவனைப் பதஞ்சலி முனிவர் வழிபட்டதால் பதஞ்சலீசுவரர் எனப் போற்றப்படுகிறார்.

இந்த முள்ளூருக்குச் சுந்தரர் வரும்போது சிவபெருமானே எதிர்கொண்டு வரவேற்றதாகச் சேக்கிழார் பாடியுள்ளார். பதிகம் பாடி இறைவனை வணங்கிய சுந்தரர் அங்கிருந்து எதிர்கொள் பாடியைச் சென்றடைந்தார்.

எதிர்கொள் பாடி என்னும் இந்த ஊரினை மேலைத் திருமணஞ்சேரி என்றும் அழைக்கின்றனர். இங்கே சிவனுக்கும் பார்வதிக்கும் திருமால் திருமணம் செய்து வைத்ததாகக் கூறுகிறார்கள். இறைவனைக் கல்யாண சுந்தரேசுவரர் என்றும் ஐராவதேசுவரர் என்றும் போற்றுகிறார்கள். இங்கே பெருமாளும் லட்சுமி நாராயணப் பெருமாளாகக் காட்சித் தருகிறார்.

கானாட்டு முள்ளூரைச் சாரும்போது
கண் நுதலார் எதிர் காட்சி கொடுப்பக் கண்டு
தூநாள் மென்மலர்க் கொன்றைச் சடையார் செய்ய
துணைப்பாத மலர் கண்டு தொழுதேன் என்று
வானாளும் திருப்பதிகம் வள்வாய் என்னும்
வண்டமிழின் தொடைமாலை மலரச் சாத்தித்
தேனாரும் மலர்ச் சோலை மருங்கு சூழ்ந்த
திரு எதிர்கொள் பாடியை எய்தச் செல்வார் [3272]

எதிர்கொள் பாடியில் பதிகம் பாடிய சுந்தரர் அங்கிருந்து வேள்விக்குடிக்குச் சென்றார்.

சிவபெருமானின் திருமணத்திற்கான வேள்வி செய்யப்பட்ட இடமாக இந்த வேள்விக்குடியைக் குறிப்பிடுகின்றனர். இங்கே கோயில் கொண்டுள்ள இறைவனின் திருப்பெயரும் கல்யாண சுந்தரேசுவரர் என்பதாகும்.

அங்கிருந்து அருகிலுள்ள திருத்துருத்திக்குச் சென்று அங்கே கோயில் கொண்டுள்ள இறைவன் உத்த வேதீசுவரரைப் பணிந்து பதிகம் பாடினார்.

பார்வதியைத் திருமணம் செய்துகொள்வதற்காகக் கயிலாயத்திலிருந்து அணிந்துவந்த பாதுகையையும் நிழல் தந்த உத்தால மரத்தையும் இறைவன் இங்கேதான் விட்டுச் சென்றான் என்று தெரிவிக்கிறார்கள்.

அங்கிருந்து புறப்பட்டுச் சென்ற சுந்தரர், வழியில் உள்ள திருத்தலங்களை எல்லாம் வழிபட்ட பின் திருவாரூரை அடைந்தார்.

✧

# கமலாலயம்

திருவாரூரில் திருக்கோபுரத்தைப் பணிந்து அடியார்கள் வழங்கிய வரவேற்பினை ஏற்றுக்கொண்டு உள்ளே சென்று தியாகராசப் பெருமானைப் பணிந்தார். பின்னர் தெற்கு மட வளாகத்தில் உள்ள பரவையார் இல்லத்திற்கு வந்தார்.

> மூவாத முதலாகி
> நடுவாகி முடியாத
> சேவாரும் கொடியாரைத்
> திருமூலட்டானத்துள்
> ஓவாத பெருங்காதல்
> உடன் இறைஞ்சிப் புறம் போந்து
> தாவாத புகழ்ப் பரவையார்
> திருமாளிகை சார்ந்தார்                [3277]

சுந்தரரின் பாதத்தில் பணிந்து வணங்கினார் பரவையார். அவருடன் மகிழ்ச்சியாகத் தங்கியிருந்தார் சுந்தரர். அவ்வாறு வாழும் நாளில் சுந்தரருக்குத் திருமுதுகுன்றத்தில் மணிமுத்தாற்றில் விட்ட பன்னீராயிரம் பொன்னின் நினைவு வந்தது.

பரவையாரையும் அழைத்துக்கொண்டு கமலாலயத் திருக்குளத்திற்குச் சென்றார்.

கமலாலயத் திருக்குளமானது திருவாரூர்த் திருக்கோயிலின் மேற்குப் பக்கத்தில் அமைந்துள்ளது. இந்தத் திருக்குளம் இருபத்தைந்து (25) ஏக்கர் நிலப்பரப்பில் அமைந்துள்ளது. இந்தியாவிலேயே மிகப்பெரிய தெப்பக்குளம் இதுதான். புகழ்பெற்ற வண்டியூர் மாரியம்மன் தெப்பக்குளம் பதினாறு (16) ஏக்கர் நிலப்பரப்பில் அமைந்ததுதான்.

மணிமுத்தாற்றில் விட்ட பொன்னைக் கமலாலயம் குளத்தில் சென்று எடுத்துக்கொள்ளலாம் என்றுகூறிப் பரவையாரை உடன் அழைத்தார் சுந்தரர்.

**நாயனார் முதுகுன்றர்**
**நமக்கு அளித்த நன்னிதியம்**
**தூய மணி முத்தாற்றில்**
**புகவிட்டோம் துணைவர் அவர்**
**கோயிலின் மாளிகை மேல்பால்**
**குளத்தில் அவர் அருளாலே**
**போய் எடுத்துக் கொடுபோதப்**
**போதுவாய் எனப் புகல** (3279)

மணிமுத்தாறு நதியில் போட்ட பொன்னைக் கமலாலயக் குளத்தில் எப்படி எடுப்பது என நினைத்த பரவையார் புன்னகைத்தார்.

அவரது சிரிப்பைப் பார்த்த சுந்தரர், 'எம் இறைவன் திருவருளால் கமலாலயத் திருக்குளத்தில் பொன்னை உனக்கு எடுத்துத் தருவது உறுதி' என்றார்.

சுந்தரரும் பரவையாரும் திருக்கோயிலுக்குச் சென்று இறைவனைப் பணிந்து வணங்கினர். பின்னர், கோயிலின் மேற்குப் பக்கத்தலிருந்த கமலாலயத் திருக்குளத்தின் வடகிழக்குப் பகுதிக்கு இருவரும் சென்றனர். அங்கே இருந்த படிக்கட்டின் வழியாகச் சுந்தரர் இறங்கினார். அங்கேயே பொன்னை வைத்தவரைப்போல் எடுப்பதற்காக இறைவனை வணங்கியபடி அங்கும் இங்கும் தடவித் தேடினார்.

பொன் கிடைக்கவில்லை. இறைவனுக்குச் சுந்தரரின் திருப்பாட்டைக் கேட்பதற்கு விருப்பம் ஏற்பட்டது. அதனால் மணிமுத்தாற்றில் போட்ட பொன்னை அவர் கிடைக்கச் செய்யவில்லை.

பொன் கிடைக்காமல் சுந்தரர் தவிப்பதைப் பார்த்ததும் பரவையார் சிரித்தார். அவரைப் பார்த்து, 'ஆற்றில் பொன்னைப் போட்டுவிட்டு இங்கே குளத்தில் வந்து தேடுகிறீரே!' என்றார்.

**நீற்றழகர் பாட்டு உவந்து**
**திருவிளையாட்டில் நின்று**
**மாற்றுரு செம்பொன் குளத்து**
**வருவியாது ஒழிந்து அருள**

> ஆற்றினில் இட்டுக் குளத்தில்
> தேடுவீர் அருள் இதுவோ
> சாற்றும் எனக் கோல் தொடியார்
> மொழிந்து அருளத் தனித்தொண்டர்     (3283)

பரவையாரின் நகைப்பைப் பார்த்ததும் இறைவனை வேண்டினார் சுந்தரர். இந்தப் பரவை இகழாது இருப்பதற்காகப் பொன்னைத் தந்து அருளும் என்று வேண்டி 'பொன் செய்த மேனியினீர்' என்னும் திருப்பதிகத்தைப் பாடினார்.

சுந்தரர் பாடும் திருப்பாடல்கள் அனைத்தையும் கேட்க விரும்பிய இறைவன் பொன்னை வழங்குவதற்குக் காலம் தாழ்த்தினார். பதிகத்தை நிறைவு செய்ததும் ஆற்றில் போட்ட பொன் கமலாலயக் குளத்தில் கிடைத்தது. அதனை எடுத்துக்கொண்டு கரையேறினார் சுந்தரர். தேவர்கள் பூ மழை பொழிந்தனர்.

குளத்தில் எடுத்த பொன்னைத் தன்னிடம் இருந்த பொன்னுடன் ஒப்பிட்டுப் பார்த்தார் சுந்தரர். இப்போது எடுத்தப் பொன்னானது, முன்பு, தான் மாதிரிக்கு எடுத்துவைத்திருந்த பொன்னைவிட மாற்றுக் குறையாதிருப்பதைக் கண்டார்.

மாற்றுக் குறையாதிருப்பதை இறைவனுக்குத் தனது திருப்பாடல் வாயிலாக உணர்த்தினார் சுந்தரர்.

> மீட்டும் அவர் பரவுதலும்
> மெய்யன்பர் அன்பில் வரும்
> பாட்டு உவந்து கூத்து உவந்தார்
> படு வாசி முடிவெய்தும்
> ஓட்டறு செம்பொன் ஆக்க
> ஒரு மாவும் குறையாமல்
> காட்டுதலும் மகிழ்ந்து எடுத்துக்
> கொண்டு கரை ஏறினார்     (3289)

ஒரு சிறிதும் மாற்றுக் குறையாத பொன்னை இறைவன் வழங்கியதும் மகிழ்ந்தார் சுந்தரர். அந்தப் பொன்னை எடுத்துக்கொண்டு கரைக்கு வந்தார். கரைக்குக் கொண்டுவந்த பொன்னை எல்லாம் ஓர் ஆளைச் சுமக்கச் செய்த சுந்தரர், பரவையாருடன் மாளிகைக்குப் புறப்பட்டார்.

> கரை ஏறிப் பரவையாருடன்
> கனகம் ஆனது எல்லாம்

நிரையே ஆளில் சுமத்தி
 நெடுநிலை மாளிகை போக்கித்
திரை ஏறும் புனல் சடிலத்
 திருமூலட்டானத்தார்
விரை ஏறு மலர்ப் பாதம்
 தொழுது அணைந்தார் வீதியினில் (3290)

ஆற்றில் போட்டதைக் குளத்தில் சற்றும் மாற்றுக் குறையாமல் எடுத்துக்கொடுத்த இறைவனின் திருக்கருணையை நினைத்துப் போற்றிய சுந்தரர் மாளிகைக்கு வந்து பரவையாருடன் மகிழ்வாக வாழ்ந்திருந்தார்.

# திருநள்ளாறு

திருவாரூர் தியாகேசப் பெருமானைப் பணிந்து மகிழ்ந்திருந்த சுந்தரர், அருகிலிருக்கும் திருக்கோயில்களுக்குச் செல்வதற்கு விரும்பினார்.

இறைவனிடம் விடைபெற்றுக் கொண்டு திருநள்ளாறு நோக்கித் தொண்டர்கள் புடைசூழச் சென்றார். அவர் திருநள்ளாற்றை அடையும்போது சிவனடியார்கள் அவரை எதிர்கொண்டு வரவேற்றனர்.

திருநள்ளாற்றில் தர்ப்பாரண்யேசுவரர் கோயில் கொண்டுள்ளார். இந்தக் கோயில் காரைக்கால் பகுதியில் அமைந்துள்ளது. இங்கே சனீசுவரனுக்குத் தனிச் சந்நிதி உள்ளது.

சூரியனுக்கும் சாயாதேவிக்கும் பிறந்தவன் சனி பகவான். அந்தச் சனி பகவான் கறுப்பு நிறம் கொண்டவன். காசி விசுவநாதனின் அருளால் நவக்கிரகங்களில் ஒன்றாகும் பேற்றினைப் பெற்றான். நளன், தனக்கு ஏற்பட்ட துன்பங்களிலிருந்து நீங்கிய இடம் இந்தத் திருநள்ளாறு. இங்கே வாயில் படியில் சனீசுவரன் இருப்பதாக நம்புகின்றனர்.

இந்தத் திருநள்ளாற்றிற்கு வந்து தர்ப்பாரண்யேசுவரரைப் பணிந்தார் சுந்தரர்.

விண்தடவு கோபுரத்தைப்
பணிந்து கரமேல் குவித்துக்
கொண்டு புகுந்து அண்ணலார்
கோயிலினை வலம் செய்து

மண்டிய பேரன்பினொடு
மன்னு திரு நள்ளாறர்
புண்டரிகச் சேவடிக் கீழ்ப்
பொருந்த நிலமிசைப் பணிந்தார்     [3296]

இறைவன் மேல் பதிகம் பாடிப் போற்றிய பின் திருக்கடவூரை அடைந்தார். திருக்கடவூரில் மார்க்கண்டேயனுக்காக எமனைக் காலால் உதைத்தவன் சிவபெருமான். அந்தச் சிவபெருமானைப் போற்றிப் பணிந்தார். இங்கே கோயில் கொண்டுள்ள இறைவனின் திருப்பெயர் அமிர்த கடேசுவரர். இறைவியின் பெயர் அபிராமி. இங்கேதான் அபிராமி பட்டர், அபிராமி அந்தாதி என்னும் நூறு பாடல்கொண்ட நூலைப் பாடி அருளினார்.

திருக்கடவூரிலே அமைந்த இன்னொரு திருத்தலம் என்பது மயானம் ஆகும். சிவபெருமான் கோயில் கொண்ட இடங்களில் மயானம் அமைந்த இடங்களும் உண்டு. அத்தகைய இடங்களில் ஒன்று திருக்கடவூர் மயானம்.

இந்த மயானங்களைப் பஞ்ச மயானம் என்று குறிப்பிடுவர். காஞ்சி மயானம் (காஞ்சிபுரம்), காழி மயானம் (சீர்காழி), வீழி மயானம் (திருவீழி மிழலை), நாலூர் மயானம் (திருநாலூர்), கடவூர் மயானம் (திருக்கடவூர்). திருக்கடவூர்த் திருமயானத்தில் கோயில் கொண்டுள்ள இறைவனின் திருப்பெயர் பிரம்மபுரீசுவரர். இறைவியின் பெயர் மலர்க்குழல் மின்னம்மை. இந்தத் தலத்தில் பிரம்மனைச் சாம்பலாக்கிய இறைவன் மீண்டும் அவரை உருவாக்கிப் படைப்பு ரகசியத்தைப் போதித்ததாகக் கூறுகிறார்கள். திருக்கடவூர் மயானத்து இறைவனைப் போற்றிப் பணிந்த சுந்தரர் அங்கிருந்து திருவலம்புரத்திற்குச் சென்றார்.

# சாயாவனம்

நாகப்பட்டினம் மாவட்டத்தில் மேலப் பெரும்பள்ளத்தில் அமைந்த பகுதி வலம்புரம். இந்த வலம்புரத்தில் கோயில் கொண்டுள்ள இறைவனை வலம்புரநாதர் என்றும் இறைவியை வடுவகிர்க் கண்ணி என்றும் போற்றுகின்றனர்.

திருவலம்புரத்தில் காசி மன்னன் ஒருவன் தன் பாவத்தைப் போக்குவதற்காக அந்தணர்க்கு அன்னதானம் செய்து வந்தான். அங்கே வந்த பட்டினத்து அடிகளுக்கு அவர்கள் அன்னம் தர மறுத்தார்கள். அவர் கஞ்சி வடிநீரைக் குடித்துப் பசியைத் தீர்த்துக்கொண்டார். பட்டினத்து அடிகள் அருளால் அந்த மன்னனின் பாவம் நீங்கியது. அந்தணர்க்கு வழங்கிய உணவினால் தீராத பாவம் பட்டினத்து அடிகளுக்கு வழங்காத உணவினால் தீர்ந்தது.

திருவலம்புரத்து இறைவனைப் போற்றிப் பதிகம் பாடிய சுந்தரர் அங்கிருந்து திருச்சாய்க்காட்டிற்கு அடியார்களுடன் சென்றார். பூம்புகாருக்கு அருகிலுள்ள திருவெண்காட்டிற்கு அருகிலுள்ளது இந்தத் திருச்சாய்க்காடு. இங்குள்ள இறைவனைச் சாயாவனேசுவரர் என்றும் இறைவியைக் கோசாம்பாள் என்றும் குயிலினும் இனிய மொழியம்மை என்றும் போற்றுகின்றனர். இங்கே இயற்பகை நாயனார் தமது துணைவியுடன் வீற்றிருக்கிறார்.

இத்திருக்கோயிலுக்கு அருகிலேயே பூம்புகாரின் காவல் தெய்வமான சம்பாபதித் தெய்வத்தின் கோயில் அமைந்துள்ளது.

இந்தத் திருச்சாய்க்காட்டு இறைவனையும் திருவெண்காட்டு இறைவனையும் பணிந்த சுந்தரர், நனிபள்ளியை அடைந்தார்.

நாகப்பட்டினம் மாவட்டத்தில் புஞ்சை என்னும் ஊரில் அமைந்துள்ள தலம் நனிபள்ளி. இங்கே கோயில் கொண்டுள்ள

இறைவனை நற்றுணையப்பர் என்று போற்றுகின்றனர். இறைவியை மலையான மடந்தை எனப் போற்றுகின்றனர். திருஞானசம்பந்தரின் தாயார் பகவதி அம்மையார் பிறந்த ஊர் இது.

> நனிபள்ளி அமர்ந்த பிரான்
> கழல் வணங்கி நற்றமிழின்
> புனித நறுந்தொடை புனைந்து
> திருச்செம்பொன் பள்ளி முதல்
> பனிமதி சேர் சடையார்தம்
> பதி பலவும் பணிந்து போய்த்
> தனி விடை மேல் வருவார்தம்
> திருநின்றியூர் சார்ந்தார்    (3301)

நனிபள்ளி இறைவனைப் போற்றிப் பணிந்த சுந்தரர், திருச்செம்பொன் பள்ளி முதலான திருக்கோயில்களுக்குச் சென்று இறைவனை வணங்கினார். பின்னர், அங்கிருந்து திருநின்றியூருக்குச் சென்று இறைவனைப் பணிந்தபின் நீடூருக்குச் செல்லாமல் சென்ற அவரை இறைவன் ஆட்கொண்டு நீடூருக்கு வரச்செய்தான். நீடூர் இறைவனைப் போற்றிப் பாடியபின் திருப்புன்கூர், திருக்கோலக்கா, சீர்காழி முதலான திருத்தலங்களுக்குச் சென்று இறைவனைப் பாடியபின் குருகாவூர் அடைந்தார்.

# பொதிசோறும் தண்ணீரும்

குருகாவூரில் அமர்ந்திருக்கும் இறைவனை முல்லைவன நாதர் எனவும் இறைவியைக் கர்ப்ப ரட்சாம்பிகை எனவும் போற்றுகின்றனர். பெண்களின் கர்ப்பத்தை இந்த இறைவி பாதுகாப்பதாகக் கருதுவதால் இந்தப் பெயர் இறைவிக்கு ஏற்பட்டது.

திருக்குருகாவூருக்குச் சுந்தரரும் தொண்டர்களும் வந்த காலம் வேனில் காலம். எல்லோரும் தண்ணீரும் உணவும் இல்லாமல் தவித்தபடி வந்துகொண்டிருந்தனர். சுந்தரரின் துன்பத்தைப் பார்த்த முல்லைவன நாதர் வரும் வழியில் குளிர்ச்சியானப் பந்தல் அமைத்தார். அவர்களின் தாகத்தையும் பசியையும் தீர்ப்பதற்காகத் தண்ணீரும் உணவுப் பொதியும் கொண்டுவந்து முதியவர்போல் காத்திருந்தார்.

**உண்ணீரின் வேட்கையுடன்**
**உறுபசியால் மிக வருந்திப்**
**பண்ணீர்மை மொழிப் பரவையார்**
**கொழுநர் வரும் பாங்கர்க்**
**கண்ணீடு திருநுதலார்**
**காதலவர் கருத்தறிந்து**
**தண்ணீரும் பொதிசோறும்**
**கொண்டு வழிச் சார்கின்றார்** (3308)

சுந்தரரும் தொண்டர்களும் அந்தப் பந்தலில் வந்து அமர்ந்து இளைப்பாறினர். சுந்தரரும் சிவாய நம எனக் கூறியபடி அந்தப் பந்தலில் அமர்ந்தார். அவர்களுக்குத் தான் கொண்டுவந்திருந்த பொதி சோற்றினை வழங்கினார் வேதியர். அந்தப் பொதி

*சோற்றினைப் பெற்றுக்கொண்ட சுந்தரர் அதனை அடியவர்களுடன் சேர்ந்து உண்டார்.*

*சுந்தரருடன் வந்த அடியார்கள் அனைவரும் உண்ட பிறகும் அந்தப் பொதி சோறு குறையவில்லை. அடுத்து வருகிறவர்களும் உண்ணும் அளவிற்கு அதில் சோறு இருந்தது.*

**எண்ணிறந்த பரிசனங்கள்**
**எல்லாரும் இனிது அருந்தப்**
**பண்ணியபின் அம்மருங்கு**
**பசித்து அணைந்தார்களும் அருந்த**
**உண்ணிறைந்த ஆரமுதாய்**
**ஒருகாலும் உலவாதே**
**புண்ணியனார் தாம் அளித்த**
**பொதிசோறு பொலிந்ததால்** [3313]

*வேதியர் வழங்கிய தண்ணீரையும் வாங்கிக் குடித்த அவர்கள் சோர்வின் காரணமாகத் தூங்கினர். வேதியர் தோற்றத்தில் இருந்த இறைவனும் பந்தலும் அங்கிருந்து மறைந்தன. விழித்து எழுந்த சுந்தரர், அங்கிருந்த வேதியரையும் பந்தலையும் காணாமல் வியப்படைந்தார். இறைவனின் அருளை நினைத்துப் போற்றினார். அங்கிருந்து புறப்பட்டுப்போய்க் குருகாவூர் இறைவனைப் போற்றிப் பணிந்தார்.*

**கண்ணார்ந்த இன்னமுதைக்**
**கையாரத் தொழுது இறைஞ்சிப்**
**பண்ணார்ந்த திருப்பதிகம்**
**பாடியே பணிந்து ஏத்தி**
**உள்நாடும் பெருங்காதல்**
**உடையவர்தாம் புறத்து எய்தி**
**நண்ணார்வத் தொண்டருடன்**
**அங்கு இனிது நயந்திருந்தார்** [3317]

*அந்தக் குருகாவூர் இறைவனை உள்ளம் நெகிழ்ந்து பணிந்த சுந்தரர் அங்கிருந்து அடியார்களுடன் திருப்பாலைக்கு வந்து இறைவனை வணங்கிய பின் திருத்தில்லையை அடைந்தார். தில்லை ஆனந்தக் கூத்தனைப் பணிந்து வணங்கியபின் திருத்தினை மாநகரினை அடைந்தார்.*

✧

## திருத்தினை மாநகர்

சிதம்பரத்திற்கு அருகிலுள்ள ஆலப்பாக்கத்திற்கு அருகிலுள்ள ஊர் திருத்தினை மாநகர். இங்கே கோயில் கொண்டுள்ள இறைவனைச் சிவக் கொழுந்தீசுவரர் என்றும் இறைவியை ஒப்பிலா நாயகி என்றும் போற்றி வணங்குகின்றனர்.

இந்தப் பகுதியில் வாழ்ந்த விவசாயத் தம்பதியர் நாள்தோறும் சிவபக்தர் ஒருவருக்கு உணவு வழங்கிய பின்பே உணவு உண்ணும் பழக்கத்தைக் கொண்டிருந்தனர்.

ஒருநாள் அவர்கள் சிவனடியார்களைத் தேடிக் காத்திருக்கும்போது சிவனடியார் எவரும் கிடைக்கவில்லை. தங்கள் பணியாளர்களில் எவருக்கேனும் உணவு வழங்கலாம் என்று தோட்டத்திற்குச் சென்றனர். அங்கே பணியாளர்களும் யாரும் இல்லை.

அடியார் யாராவது வருகிறார்களா என அவர்கள் அங்கேயே காத்திருந்தனர். நீண்டநேரம் கழிந்தது. முதியவர் ஒருவர் அந்த வழியாக வந்தார். அவரைப் பார்த்து, 'நாங்கள் வழங்கும் உணவை உண்டு பசியாறவேண்டும்' என்று வேண்டினர்.

அந்த முதியவர் அவர்களின் வேண்டுகோளினை ஏற்றுக்கொள்வதாகக் கூறினார். ஆனால், அதற்கு ஒரு நிபந்தனை இருக்கிறது என்று தெரிவித்தார். அதாவது நான் உழைக்காமல் உணவு உண்பது இல்லை என்பதுதான் அந்த நிபந்தனை. அதற்கு நீங்கள் ஒப்புக்கொள்வது என்றால் நான் உணவு உண்ணத் தயார் என்றார் முதியவர்.

அவர்களும் ஒப்புக்கொண்டனர். அந்த முதியவரைப் பார்த்துத் தோட்டத்தை உழுது தினை விதைக்கும்படி கூறிவிட்டு அவர்கள் வீட்டிற்குச் சென்றுவிட்டனர்.

சிறிது நேரம் கழித்து வந்து அவர்கள் பார்க்கும்போது தோட்டத்தில் தினைக் கதிர்கள் விளைந்து நின்றன. அந்த அதிசயத்தை அவர்களால் நம்பமுடியவில்லை.

அங்கே இருந்த கொன்றைமரத்தின் அடியில் அந்த முதியவருக்கு உணவு பரிமாறினார்கள். அவரை உண்பதற்கு அழைத்து அமரச் சொன்னார்கள். அவரைப் பார்த்து, 'ஒரே நாளில் எப்படித் தினைப் பயிர் விளைந்தது?' எனக் கேட்டனர். அடுத்த நொடி அந்த முதியவர் மறைந்தார்.

அந்த விவசாயத் தம்பதியரின் வேண்டுகோளின்படி இறைவன் அங்கே சுயம்பு லிங்கமாகத் தோன்றினான்.

உழைப்பின் பெருமையை உலகத்தில் உள்ளோர் அனைவருக்கும் சிவபெருமான் உணர்த்திய இடம்தான் இந்தத் திருத்தினை மாநகர்.

திருத்தினை மாநகருக்குச் சுந்தரர் வருகிறார் என்பதை அறிந்தவுடன் அடியார்கள் எதிர்கொண்டு வரவேற்றனர். அவர்களின் வரவேற்பை ஏற்றுக்கொண்ட சுந்தரர், திருக்கோயிலுக்குச் சென்று இறைவனைப் பணிந்தார்.

> நலம் பெருகும் அப்பதியில்
> நாடிய அன்பொடு நயந்து
> குலம் பெருகும் திருத்தொண்டர்
> குழாத்தோடும் இனிது அமர்ந்து
> சலம் பெருகும் சடை முடியார்
> தாள் வணங்கி அருள் பெற்றுப்
> பொலம் புரிநூல் மணி மார்பர்
> பிற பதியும் தொழப் போவார்     (3323)

அங்கிருந்து புறப்பட்டு ஆறுகளையும் மலையையும் வயல்களையும் காடுகளையும் கடந்து வந்த சுந்தரர் திருக்கழுக்குன்றத்தை அடைந்தார்.

✧

# அந்தணர் வழங்கிய உணவு

திருக்கழுக்குன்றத்து அடியார் அனைவரும் சுந்தரரைப் பணிந்து வரவேற்றனர். அவர்களுடன் திருக்கோயிலுக்குச் சென்ற சுந்தரர் வேதகிரீசுவரரைப் பணிந்து பதிகம் பாடினார். இறைவியின் திருப்பெயர் திரிபுரசுந்தரி. இங்கே உள்ள தீர்த்தத்தைச் சங்கு தீர்த்தம் என்பார்கள். பன்னிரண்டு ஆண்டுக்கு ஒருமுறை இங்கே ஒரு சங்கு தோன்றுவதாகவும் அதனை எடுத்து வைத்திருப்பதாகவும் கூறுகிறார்கள். மேலும், இதனைப் பட்சி தீர்த்தம் என்றும் கூறுவார்கள். பல்லாண்டுகளாகக் காசியிலிருந்து இரண்டு கழுகுகள் திருக்கழுக்குன்றத்திற்கு வந்து உணவு உண்டு செல்வதாகவும் கூறுகிறார்கள்.

தேனார்ந்த மலர்ச் சோலை
திருக்கழுக் குன்றத்து அடியார்
ஆனாத விருப்பினொடும்
எதிர் கொள்ள அடைந்து அருளித்
தூநாள் வெண்மதி அணிந்த
சுடர்க் கொழுந்தைத் தொழுது இறைஞ்சிப்
பாநாடும் இன்னிசையின்
திருப்பதிகம் பாடினார் [3325]

திருக்கழுக்குன்றத்திலிருந்து சுந்தரர், திருக்கச்சூருக்குச் சென்றார். திருக்கச்சூர் என்பது செங்கல்பட்டிலிருந்து காஞ்சிபுரத்திற்குச் செல்லும் வழியில் உள்ளது. இங்கே கோயில் கொண்டுள்ள இறைவனை கச்சபேசுவரர் என்று போற்றுகின்றனர். இறைவியை அஞ்சனாட்சியம்பாள் என்று வழிபடுகின்றனர்.

கச்சபேசுவரர் ஆலயம், மருந்தீசுவரர் ஆலயம் என இரண்டு திருக்கோயில்கள் இங்கே அமைந்துள்ளன.

கச்சபேசுவரரை வணங்குவதற்கு அடியார்களுடன் வந்த சுந்தரர், இறைவனை வணங்கியபின் பசியுடன் அடியாருடன் வெளியே அமர்ந்தார். அப்போது அங்கே வந்த முதியவர் ஒருவர், 'நீங்கள் இங்கேயே இருங்கள். நான் உங்களுக்கு உணவு கொண்டு வருகிறேன்!' என்று சொல்லிவிட்டு வீடுவீடாகச் சென்று உணவினைப் பெற்றுக்கொண்டு வந்து சுந்தரருக்கும் மற்றவர்களுக்கும் வழங்கினார். அவர்கள் உண்டு பசியாறியதும் அந்த முதியவரைத் தேடினார்கள். அவரைக் காணவில்லை. கச்சபேசுவரரே அனைவருக்கும் உணவு வழங்கியதை அறிந்து பதிகம் பாடிப் போற்றினார்.

> மெய்ப் பசியால் மிகவருந்தி
>     இளைத்திருந்தீர் வேட்கை விட
> இப்பொழுதே சோறு இரந்து இங்கு
>     யான் உமக்குக் கொணர்கின்றேன்
> அப்புற நீர் அகலாதே
>     சிறிது பொழுது அமரும் எனச்
> செப்பியவர் திருக்கச்சூர்
>     மனைதொறும் சென்று இரப்பார் [3329]

விருந்திட்ட காரணத்தால் விருந்திட்ட ஈசுவரன் என்று அனைவரும் போற்றுகிறார்கள். விருந்திட்ட ஈசுவரன் ஆலயம் அந்த வளாகத்திலேயே அமைந்துள்ளது.

✧

# காஞ்சிபுரம்

திருக்கச்சூர் இறைவனை மீண்டும் பணிந்த சுந்தரர் அருகிலுள்ள திருக்கோயில்களுக்கு எல்லாம் சென்றபின் காஞ்சிபுரத்தை அடைந்தார். திருவெண்ணெய் நல்லூரில் இறைவனால் தடுத்தாட்கொள்ளப் பெற்ற சுந்தரர் இங்கே வந்திருக்கிறார் என அறிந்ததும் அடியவர்கள் அங்கே கூடினார்கள். அவரை வரவேற்றுப் போற்றினார்கள்.

  அன்று வெண்ணெய் நல்லூரில்
   அரியும் அயனும் தொடர்வரிய
  வென்றி மழ வெள் விடை உயர்த்தார்
   வேத முதல்வராய் வந்து
  நின்று சபைமுன் வழக்குரைத்து
   நேரே தொடர்ந்து ஆட்கொண்டவர்தாம்
  இன்று இங்கு எய்தப் பெற்றோம் என்று
   எயில் சூழ் காஞ்சி நகர் வாழ்வார் [3336]

அடியார்கள் அனைவரும் தெருக்களின் இருமருங்கிலும் மணித் தோரணங்களைக் கட்டினர். தீபங்களையும் நிறைகுடங்களையும் வரிசையாக வைத்தனர். கொடிகளை வரிசையாகக் கட்டினர். அகில் புகையைப் பரவவிட்டனர். முரசம் ஒலித்துக்கொண்டிருக்க அனைவரும் சென்று அவரை எதிர்கொண்டு அழைத்து வந்தனர்.

  தன்னை வணங்கிய அடியார்களை வணங்கியவாறு வந்தார் சுந்தரர். திருக்கோபுரத்தைக் கண்டதும் பூமியில் விழுந்து வணங்கினார். திருக்கோயிலுக்குள் நுழைந்தார். கம்பை ஆறு பெருகி வருவதைக் கண்டு இறைவனைத் தழுவிய இறைவியைப் பணிந்து வணங்கினார்.

கைகள் கூப்பி முன் அணைவார்
கம்பை ஆறு பெருகி வர
ஐயர் தமக்கு மிக அஞ்சி
ஆரத் தழுவிக் கொண்டிருந்த
மையுலாவும் கரு நெடுங்கண்
மலையாள் என்றும் வழிபடு பூஞ்
செய்ய கமலச் சேவடிக் கீழ்த்
திருந்து காதலுடன் வீழ்ந்தார்     (3340)

பின்னர், ஏகாம்பர நாதரை வணங்கியபின் காஞ்சிபுரத்திலும் அதற்கு அருகிலும் உள்ள ஆலயங்களுக்கு எல்லாம் சென்று இறைவனை வணங்கினார். காமக்கோட்டத்திற்குச் சென்று இறைவியை வணங்கிய பின் ஓண காந்தன் தளிக்குச் சென்று இறைவனை வணங்கினார். ஓண காந்தன் தளி என்பது காஞ்சிபுரத்தில் பஞ்சுப் பேட்டையில் அமைந்துள்ளது. இங்கே சிவலிங்கம் மூன்றாக அமைந்துள்ளது. ஓணேசுவரர், காந்தேசுவரர், ஜலந்தரேசுவரர் என்பவை இந்த மூன்று இறைவனுக்கும் பெயர்கள். ஓணனும் காந்தனும் வாணாசுரனின் படைத்தலைவர்கள். அவர்கள் சிவலிங்கத்தை உருவாக்கி வழிபட்டனர். ஜலந்தன் என்பவனும் ஒரு சிவலிங்கத்தை வழிபட்டான். எனவே, இந்த மூன்று பெயர்களில் அங்கே சிவலிங்கங்கள் அமைந்துள்ளன. இந்தச் சிவலிங்கங்கள் வெட்ட வெளியில் இருந்ததாகவும் அங்கே கோயில் எழுப்புவதற்குச் சுந்தரர் விரும்பியதாகவும், அருகில் நின்ற புளியமரத்தில் உள்ள காய்கள் எல்லாம் பொன் காய்களாகக் காய்த்ததாகவும் அவற்றைக் கொண்டு ஆலயம் எழுப்பினார் என்றும் கூறுகின்றனர்.

ஓண காந்தன் தளி மேவும்
ஒருவர் தம்மை உரிமையுடன்
பேணி அமைந்த தோழமையால்
பெருகும் அடிமைத் திறம் பேசிக்
காணமோடு பொன் வேண்டி
நெய்யும் பாலும் கலை விளங்கும்
யாணர்ப் பதிகம் எடுத்து ஏத்தி
எண்ணில் நிதி பெற்று இனிது இருந்தார்    (3343)

வேண்டிய நிதியை இறைவன் வழங்கியதால் சுந்தரர் அருகிலுள்ள திருத்தலங்களுக்கு எல்லாம் சென்று பாடிவிட்டு மீண்டும் ஓண காந்தன் தளியிலேயே வந்து தங்கினார். அங்கிருந்து பிரிந்து செல்வதற்கு மனம் இல்லாமல் தொலைவில் உள்ள

தலங்களுக்குச் செல்ல விரும்பி அங்கிருந்து புறப்பட்டார். திருப்பனங்காட்டூரை அடைந்தார்.

திருவண்ணாமலை மாவட்டத்தில் உள்ள ஊர் திருப்பனங்காடு. திருவண்ணாமலை மாவட்டத்தைச் சேர்ந்திருந்தாலும் இந்த ஊர் காஞ்சிபுரத்திற்கு அருகில் அமைந்திருக்கிறது. இங்கே தாலபுரீசுவரர், கிருபாபுரீசுவரர் என இரண்டு மூலவர்கள் உள்ளனர். திருக்கயிலாயத்திலிருந்து தெற்கு நோக்கி வந்த அகத்தியருக்கு இந்தப் பனங்காட்டிற்கு அருகில் வரும்போது சிவனை வழிபட வேண்டும் எனத் தோன்றியது. உடனே அவரது கனவில் இறைவன் தோன்றி அருகிலுள்ள வேப்ப மரத்தடியில், தான் சிவலிங்கமாக வீற்றிருப்பதாகத் தெரிவித்தான். வேப்பமரத்தடியில் வீற்றிருந்த சிவனுக்குப் பூஜை செய்யும்போது பழங்களை வைத்துப் பூஜை செய்வதற்கு அகத்தியர் விரும்பினார். அருகில் நின்ற பனைமரத்திலிருந்து இறைவன் அருளால் பனம்பழங்கள் உதிர்ந்தன. அந்தப் பழங்களைப் படைத்துப் பூஜை செய்தார். பனைமரங்கள் நிறைந்த பகுதியில் சிவன் கோயில் கொண்ட காரணத்தால் தாலபுரீசுவரர் என அழைக்கப்பட்டான்.

> செல்வ மல்கு திருப்பனங்காட்டு
>    ஊரில் செம்பொன் செழுஞ்சுடரை
> அல்லல் அறுக்கும் அருமருந்தை
>    வணங்கி அன்பு பொழி கண்ணீர்
> மல்க நின்று விடையின்மேல்
>    வருவார் எனும் வண்தமிழ்ப் பதிகம்
> நல்ல இசையினுடன் பாடிப்
>    போந்து புறம்பு நண்ணுவார்  (3346)

பனங்காட்டில் கோயில் கொண்டுள்ள சிவபெருமானைப் பதிகத்தில் பாடிப் பணிந்த சுந்தரர் அங்கிருந்து புறப்பட்டுச் சென்று திருமால் பேறு, திருவல்லம் முதலானத் திருத்தலங்களுக்குச் சென்று சிவபெருமானைப் போற்றிப் பதிகங்கள் பாடினார். அங்கிருந்து புறப்பட்டுத் திருக்காளத்தியை அடைந்தார்.

✧

# திருக்காளத்தி

திண்ணப்பனைக் கண்ணப்பனாக்கி இறைவன் அருள்புரிந்த திருத்தலம் திருக்காளத்தி. அந்தத் திருக்காளத்தி மலையை அடைந்த சுந்தரர், மலைமேல் ஏறி இறைவன் இருக்கும் இடத்தை அடைந்து அன்புருக வேண்டினார்.

தடுக்கல் ஆகாப் பெருங்காதல்
    தலை நின்று அருளும் கண்ணப்பர்
இடுக்கண் களைந்து ஆட்கொண்டு அருளும்
    இறைவர் மகிழ்ந்த காளத்தி
அடுக்கல் சேர அணைந்து பணிந்து
    அருளால் ஏறி அன்பு ஆறு
மடுப்பத் திருமுன் சென்று எய்தி
    மலைமேல் மருந்தை வணங்கினார் (3348)

பிறவிப் பிணியைப் போக்கும் மருந்தாக விளங்குபவன் சிவன். அந்தச் சிவபெருமானைப் போற்றிப் பதிகம் பாடி அருளினார் சுந்தரர். திருக்காளத்தியிலிருந்தபடியே வடதிசையில் உள்ள திருப்பருப்பதம், திருக்கேதாரம் முதலான சிவன் மகிழ்ந்து உறையும் திருத்தலங்கள் அனைத்தையும் போற்றிப் பாடினார்.

வடமாதிரத்துப் பருப்பதமும்
    திருக்கேதார மலையும் முதல்
இடமா அரனார் தாம் உவந்த
    எல்லாம் இங்கே இருந்து இறைஞ்சி
நடமாடிய சேவடியாரை
    நண்ணினார்போல் உள் நிறைந்து

திடமாம் கருத்தில் திருப்பதிகம்
பாடிக் காதல் சிறந்திருந்தார் [3350]

இவ்வாறு பதிகம் பாடித் திருக்காளத்தியில் சிலநாள் தங்கியபின் அங்கிருந்து புறப்பட்டுத் திருவொற்றியூரை அடைந்தார்.

திருவொற்றியூருக்கு வந்த சுந்தரரையும் அடியார்களையும் இறையன்பர்கள் வரவேற்றனர். வீதியின் இரண்டு புறங்களிலும் தோரணங்களைக் கட்டித் தூப தீபம் காட்டினர். பல வண்ணப் பொடிகளைத் தூவி வீதியை அலங்கரித்தனர். எல்லா இடங்களிலும் குலை வாழைகளை நட்டனர்.

திருவொற்றியூரின் தெருக்களில் பலவகை இசைக்கருவிகள் முழங்கின. மணம் மிகுந்த மாலைகளைத் தொங்கவிட்டனர். அரங்குகளில் மங்கையர் பலவகை நடனங்களை நிகழ்த்தினர். வான் உலகத்திலிருந்த தேவர்கள், சுந்தரர் வரும் வழியெங்கும் பூமாரி பெய்தனர்.

வானத்தைத் தொடும் அளவிற்கு உயர்ந்து நின்ற திருவொற்றியூர் இறைவனின் திருக்கோபுரத்தைப் பணிந்தார் சுந்தரர். உள்ளே சென்று இறைவனை வணங்கி வலம் வந்தார்.

வானை அளக்கும் கோபுரத்தை
மகிழ்ந்து பணிந்து புகுந்து வளர்
கூனல் இளவெண் பிறைச் சடையார்
கோயில் வலங்கொண்டு எதிர் குறுகி
ஊனும் உயிரும் கரைந்துருக
உச்சி குவித்த கையினுடன்
ஆன காதலுடன் வீழ்ந்தார்
ஆரா அன்பின் ஆரூரர் [3355]

இறைவன் மேல் கொண்ட அளவுகடந்த அன்பின் காரணமாகத் தனது கரங்களைத் தலையில் குவித்து வணங்கிய சுந்தரர் அப்படியே விழுந்து வணங்கினார். திருவொற்றியூர் நீங்கலாக என ஏட்டில் எழுதும்போது எழுதுவித்த இறைவனைப் போற்றிப் பதிகம் பாடி அருளினார் சுந்தரர். திருவொற்றியூருக்குச் சுந்தரர் வந்திருக்கிறார் என்பதை அறிந்ததும் அடியார் பலரும் வந்து கூடினர். அவர்களுடன் அளவளாவிய சுந்தரர், எம்பெருமான் திருக்கருணை மலரடியை நினைந்தபடி அங்கேயே தங்கினார்.

✧

# சங்கிலியார்

சென்னைக்கு அருகில் திருவள்ளூர் மாவட்டத்தில் சோழவரம் வட்டத்தில் அமைந்துள்ள ஊர் ஞாயிறு. இங்கே கோயில் கொண்டுள்ள இறைவனின் திருப்பெயர் புஷ்ப ரதேசுவரர். இந்த ஊரில் பெருநிலக் கிழாராக விளங்கியவர் ஞாயிறு கிழார். வேளாண் தொழில் செய்து வந்ததால் இவர் மிகுந்த செல்வத்துடனும் செல்வாக்குடனும் வாழ்ந்து வந்தார். இவரது மகளின் பெயர் சங்கிலி. இவர் சிவபெருமானுக்குத் தேவையான நித்தியக் கடமைகளைத் தவறாமல் செய்து வரும் இயல்புகொண்டவர்.

> நாலாம் குலத்தில் பெருகு நலம்
>     உடையார் வாழும் ஞாயிற்றின்
> மேலாம் கொள்கை வேளாண்மை
>     மிக்க திரு ஞாயிறு கிழவர்
> பால் ஆதரவு தரு மகளார்
>     ஆகிப் பார்மேல் அவதரித்தார்
> ஆலாலம் சேர் கறைமிடற்றார்
>     அருளால் முன்னை அநிந்திதையார் (3359)

முற்பிறப்பில் அநிந்திதை என்னும் திருப்பெயரில் திருக்கயிலாயத்தில் வாழ்ந்து சுந்தரர் மேல் கொண்ட அன்பின் காரணமாக இந்தப் பூமியில் சங்கிலியாராக அவதரித்துள்ளார் இவர்.

விளையாட்டுப் பருவத்தைக் கடந்து பருவப் பெண்ணானார் சங்கிலியார். அவரது அழகின் பொலிவானது இந்த உலகத்தில் உள்ள பெண்களைவிடவும் மிகுந்திருப்பதைக் கண்ட அவளது தந்தையார், தனது மகளுக்குத் திருமணம் செய்விக்க வேண்டும் என்று தனது மனைவியிடம் உரையாடினார்.

தந்தையும் தாயும் தனது திருமணம் பற்றிப் பேசுவதைக் கேட்ட சங்கிலியார் இந்த உலகத்தில் சாதாரணமாகப் பிறந்த ஒருவரை நான் திருமணம் செய்துகொள்ள மாட்டேன். எம்பெருமான் தொண்டில் நிலைத்திருக்கும் ஒருவரையே மணமகனாக ஏற்றுக்கொள்வேன் என்று கூறிவிட்டார்.

மேலும், தாய் தந்தையர் தனது நினைப்புக்கு வேறாகத் திருமணம் செய்துவைத்து விடுவார்களோ என அஞ்சிய நிலையில் அவர் மயக்கமுற்றார்.

தாயரோடும் தந்தையார்
பேசக் கேட்ட சங்கிலியார்
ஏயும் மாற்றம் அன்று இதுஎம்
பெருமான் ஈசன் திருவருளே
மேய ஒருவர்க்கு உரியது யான்
வேறு என் விளையும் என வெருவுற்று
ஆய உணர்வு மயங்கி மிக
அயர்ந்தே அவனி மிசை விழுந்தார் (3363)

மயங்கிய சங்கிலியாரைக் கண்டு தாயும் தந்தையும் பதைத்தனர். அவரை வாரி எடுத்துக் குளிர்ந்த நீரைத் தெளித்து மயக்கத்தைப் போக்கினர். பின்னர், தங்கள் மகளைப் பார்த்து, ‘உனக்கு என்ன நேர்ந்தது?’ என்று கேட்டனர்.

‘நீங்கள் பேசும் திருமணப் பேச்சு எனக்கு இயைந்தது அல்ல. எருதை வாகனமாகக் கொண்ட சிவபெருமான் மேல் அன்புகொண்ட ஒருவர்தான் எனக்குக் கணவராக வரமுடியும். எனவே, நான் இப்போதே திருவொற்றியூருக்குச் செல்கிறேன்’ என்றார்.

சங்கிலியார் கூறியதை ஏற்றுக்கொள்ளும் மனநிலையில் அவரது பெற்றோர் இல்லை. என்றாலும் மகளது தீர்மானமான முடிவை அவர்களால் தடுக்க இயலவில்லை. அவரது திருவொற்றியூர்ப் பயணத்திற்கு ஏற்பாடு செய்தார்கள்.

பெற்ற தாதை சுற்றத்தார்
பிறைசேர் முடியார் விதியாலே
மற்றுச் செயல் ஒன்று அறியாது
மங்கையார் சங்கிலியார் தாம்
சொற்ற வண்ணம் செயத் துணிந்து
துதைந்த செல்வத்தொடும் புரங்கள்

## செற்ற சிலையார் திருவொற்றியூரில் கொண்டு சென்றணைந்தார் [3371]

உற்றார் உறவினர் புடைசூழ அனைவரும் திருவொற்றியூரை அடைந்தனர். அங்கே ஒரு கன்னிமாடம் ஏற்பாடு செய்யப்பெற்றது. அந்தக் கன்னிமாடத்தில் அமர்ந்து சங்கிலியார் தவம் செய்தார். அந்தக் கன்னிமாடத்திற்குள் யாரும் புகுந்து செல்ல இயலாதபடி மிகுந்த காவலையும் ஏற்படுத்தினார்கள்.

சங்கிலியாருக்குத் தேவையான பணிகளைச் செய்வதற்குப் பணியாளர்களை நியமித்த பின்னர் உற்றாரும் உறவினரும் ஞாயிறு என்னும் ஊருக்குப் புறப்பட்டனர்.

# சுந்தரரின் காதல்

சங்கிலியார் நாள்தோறும் நந்தவனத்திற்குச் சென்று பூக்களைப் பறித்து வந்து, மாலை கட்டும் மண்டபத்தில் திரையிட்டப் பகுதியில் இருந்து மாலைகளைக் கட்டினார். பின்னர், அவற்றைச் சிவபெருமானுக்குச் சாற்றுவதற்காக வழங்கி வந்தார்.

அவ்வாறு மாலை கட்டிக்கொடுத்து வாழ்ந்து வந்த வேளையில் ஒருநாள்...

அந்தி மாலையின் வண்ணம் கொண்ட சிவபெருமானின் அன்பரான சுந்தரர் திருவொற்றியூர்த் திருக்கோயிலுக்கு வந்தார். இறைவனைப் போற்றிப் பதிகம் பாடிய அவர் அங்கிருந்து புறப்பட்டுப் பூமண்டபத்திற்கு வந்தார்.

அண்டர் பெருமான் அந்தணராய்
ஆண்ட நம்பி அங்கணரைப்
பண்டை முறைமையால் பணிந்து
பாடிப் பரவிப் புறம் போந்து
தொண்டு செய்வார் திருத்தொழில்கள்
கண்டு தொழுது செல்கின்றார்
புண்டரீகத் தடம் நிகர்
பூந்திரு மண்டபத்தினுள் புக்கார் (3377)

அந்தப் பூ மண்டபத்தில் மாலை கட்டும் வேலை செய்த அனைவரையும் பாராட்டிய சுந்தரர், திரைமறைவில் மாலை கட்டிக்கொண்டிருந்த சங்கிலியார் பூமாலைகளைக் கொடுப்பதற்காகத் திரையை விலக்கும்போது இறையருளால் பார்த்தார்.

சங்கிலியாரைப் பார்த்த சுந்தரரால் அவரை மறக்க இயலவில்லை. தன்மேல் மன்மதன் தொடர்ந்து மலர் அம்புகளை

எய்வதை அறிந்த அவர், மண்டபத்திற்கு வெளியே வந்து அருகில் நின்றவர்களைப் பார்த்து, 'இந்தப் பெண் யார்?' எனக் கேட்டார்.

சங்கிலியார், யார் என்றும் அவர் செய்துகொண்டிருக்கும் இறைப்பணி குறித்தும் அவர்கள் எடுத்துரைத்தார்கள். அதனைக் கேட்ட சுந்தரருக்கு இறைவனின் அருள் விளங்கியது.

திருக்கயிலாயத்தில் இரண்டு பெண்களை விரும்பிய காரணத்தால் இந்த உலகில் பிறப்பெடுத்தேன். அவர்களில் ஒருவர் பரவையார்; மற்றொருவர் இந்தச் சங்கிலியார் எனத் தெளிந்தார்.

மின்னார் சடையார் தமக்கு ஆளாம்
　　விதியால் வாழும் எனை வருத்தித்
தன் ஆர் அருளால் வரும் பேறு
　　தவத்தால் அணையா வகை தடுத்தே
என் ஆருயிரும் எழில் மலரும்
　　கூடப் பிணைக்கும் இவள் தன்னைப்
பொன்னார் இதழி முடியால் பால்
　　பெறுவேன் என்று போய்ப் புக்கார் (3382)

'இந்த உலகப் பிறப்பிற்குக் காரணமான இந்தப் பெண்ணை, பொன்போன்ற சடையைக் கொண்ட இறைவன் அருளால் நான் அடைவேன்' என்று தனக்குள் கூறிக்கொண்ட சுந்தரர் திருக்கோயிலுக்குச் சென்றார்.

திருவொற்றியூரில் கோயில் கொண்டுள்ள ஆதிபுரீசுவரரிடம் சங்கிலியாரைத் தனக்குத் திருமணம் செய்து வைக்குமாறு வேண்டினார் சுந்தரர்.

தனது உடலின் ஒரு பக்கத்தில் உமையம்மையைக் கொண்டவன் சிவன். அத்துடன் நில்லாமல் தனது தலையில் கங்கையையும் வைத்துள்ளான். இவ்வாறு இரண்டு பெண்களைக் கொண்டவன் சிவன் என்பதால், தனக்கும் இரண்டாவதாக இந்தச் சங்கிலியாரை மணம் செய்விக்க வேண்டும் என்று உரிமையுடன் வேண்டியுள்ளார்.

மங்கை ஒருபால் மகிழ்ந்ததுவமு
　　அன்றி மணி நீள் முடியின் கண்
கங்கை தன்னைக் கரந்து அருளும்
　　காதல் உடையீர்! அடியேனுக்கு
இங்கு நுமக்குத் திரு மாலை
　　தொடுத்து என் உள்ளத் தொடை அவிழ்த்த

திங்கள் வதனச் சங்கிலியைத்
தந்து என் வருத்தம் தீரும் என [3384]

இறைவனிடம் வேண்டிய சுந்தரர், தான் தங்கியிருந்த இடத்திற்குச் சென்றார். அங்கும் அவரால் சங்கிலியாரை மறக்க இயலவில்லை. அங்கிருந்த படியே மீண்டும் இறைவனிடம் வேண்டினார். தனது நண்பரான இறைவனிடம் நட்பு என்னும் உரிமையால் வேண்டினார்.

இவ்வாறு இறைவனிடம் தொடர்ந்து வேண்டிய வேண்டுதலை இறைவனால் தவிர்க்க இயலவில்லை. சுந்தரர் தங்கியிருந்த இடத்திற்கு வந்து, 'சங்கிலியாரை உனக்குத் திருமணம் செய்து வைக்கிறேன்!' என்றுகூறி அருளினார்.

உம்பர் உய்ய உலகு உய்ய
ஓல வேலை விடம் உண்ட
தம்பிரானார் வன்தொண்டர்
தம் பால் எய்திச் சங்கிலியை
இம்பர் உலகில் யாவருக்கும்
எய்த ஒண்ணா இருந்தவத்துக்
கொம்பை உனக்குத் தருகின்றோம்
கொண்ட கவலை ஒழிக என்ன [3387]

'அந்தப் பெண்ணை நினைத்து நினைத்து நீ இன்னும் கவலைப்பட்டுக் கொண்டிருக்க வேண்டாம்' என்று இறைவன் கூறியதும், இறைவனைப் பணிந்து புகழ்ந்து வணங்கினார் சுந்தரர்.

✧

## சங்கிலியார் கனவில்

சுந்தரருக்குக் கொடுத்த வாக்குறுதியை நிறைவேற்ற வேண்டியிருந்ததால் நள்ளிரவில் சிவபெருமான் சன்னிமாடத்திற்குச் சென்றான். சங்கிலியாரின் கனவில் தோன்றினான்.

சிவபெருமானைக் கனவில் கண்ட சங்கிலியார் விழுந்து வணங்கினார். என்னிடம் வந்து எனக்கு இறைவன் காட்சிக் கொடுப்பதற்கு நான் என்ன தவம் செய்தேனோ என எண்ணியபடி நின்ற சங்கிலியாருக்கு முன் வேதியர் கோலத்தில் நின்ற இறைவன், தனது எண்ணத்தைக் கூறினான்.

'தவ வலிமை பெற்ற சங்கிலியே, நான் சொல்வதைக் கேள்! என்னிடம் மிகவும் அன்புகொண்டவனும் மிகுந்த தவ வலிமை பெற்றவனுமாகிய சுந்தரன், 'உன்னை மணம் செய்விக்குமாறு என்னிடம் இரந்து கேட்கிறான். நீ அவனைத் திருமணம் செய்துகொண்டால் மிகவும் மகிழ்ச்சி அடைவாய்!' என்றான்.

சாரும் தவத்துச் சங்கிலி கேள்
    சால என்பால் அன்புடையான்
மேரு வரையின் மேம்பட்ட
    தவத்தான் வெண்ணெய் நல்லூரில்
யாரும் அறிய யான் ஆள
    உரியான் உன்னை எனை இரந்தான்
வார் கொள் முலையாய் நீ அவனை
    மணத்தால் அணைவாய் மகிழ்ந்து என்றார் [3391]

'திருமாலாலும் பிரம்மனாலும் காணமுடியாத சிவபெருமானின் திருப்பாதத்தைக் காணும் பேறு தனக்குக் கிடைத்தது' என்று கருதிய சங்கிலியார், இறைவனின் திருப்பாதத்தில் பணிந்து வணங்கினார்.

இறைவன் கூறியதை அப்படியே அனைவரும் ஏற்றுக்கொள்வார்கள். அவ்வாறே அதனை ஏற்றுக்கொள்ள விரும்பிய சங்கிலியார் அதில் சிறிய விளக்கத்தைப் பெற விரும்பினார். அந்த விளக்கத்தை அவர் கேட்க விரும்பியபோது அவரது உடல் நடுங்கியது.

'உமையவளை உடலின் ஒரு பாகத்தில் கொண்ட இறைவனே! தாங்கள் கூறியபடி நம்பியாரூரரை நான் ஏற்றுக்கொள்கிறேன்! ஆனால், அவருக்குத் திருவாரூரில் மகிழ்ச்சியாக வாழும் வகையில் ஒரு வீடு இருக்கிறது. எனவே, அவர் என்னைவிட்டுப் பிரிந்து செல்லாமல் இருக்கவேண்டும்' என்றார்.

<pre>
    பின்னும் பின்னல் முடியார் முன்
        பெருக நாணித் தொழுது உரைப்பார்
    மன்னும் திருவாரூரின்கண்
        அவர்தாம் மிகவும் மகிழ்ந்து உறைவது
    என்னும் தன்மை அறிந்து அருளும்
        எம்பிராட்டி திருமுலை தோய்
    மின்னும் புரிநூல் அணி மார்பீர்
        என்றார் குன்றா விளக்கு அனையார்    [3394]
</pre>

இரண்டாவது திருமணம் என்னும்போது எல்லோருக்கும் ஏற்படும் சந்தேகம்தான் இந்தச் சந்தேகம். அந்தச் சந்தேகத்தை இறைவனிடமே கேட்கும் அளவிற்கும் மிகவும் துணிச்சல் வாய்ந்த பெண்ணாகச் சங்கிலியார் விளங்கியுள்ளார்.

✧

# சபதம்

பொன் வளையல் அணிந்த சங்கிலியே! திருவாரூரில் திருமணம் செய்துள்ள சுந்தரன் இங்கே உன்னுடன் உன்னைப் பிரியாமல் இருப்பதற்குச் சபதம் செய்யச் சொல்வோம்' என்று ஒரு தெளிவினைக் கொடுத்தான் இறைவன். சிவபெருமான் சொன்ன கருத்தினை அப்படியே ஏற்றுக்கொண்டார் சங்கிலியார். உடனே அங்கிருந்து சுந்தரர் இருக்கும் இடத்திற்கு வந்தான் இறைவன்.

'உன்னைத் திருமணம் செய்து கொள்ளும்படி தெரிவித்துவிட்டேன். அதனை சங்கிலியும் ஏற்றுக்கொண்டாள். ஆனால் ஒரு குறையைத் தீர்த்துவைக்க வேண்டும் என்கிறாள்' என்றான் இறைவன்.

வேய் அனைய தோளியார்
பால் நின்று மீண்டு அருளித்
தூய மனம் மகிழ்ந்திருந்த
தோழனார் பால் அணைந்து
நீ அவளை மணம் புரியும்
நிலை உரைத்தோம் அதற்கு அவள்பால்
ஆயதொரு குறை உன்னால்
அமைப்பது உளது என அருள (3396)

'நான் என்ன குறையைத் தீர்த்து வைக்கவேண்டும்' என்று விரைந்து கேட்டார் சுந்தரர். 'திருமணம் செய்த பிறகு அவளைப் பிரியமாட்டேன்' என்னும் சபதத்தை நீ இன்று இரவே செய்ய வேண்டும் என்றான் இறைவன். சங்கிலியாரைத் திருமணம் செய்துகொள்வதற்குக் கொண்ட ஆசையினால் எந்தச் செயலையும்

செய்வதற்குச் சுந்தரர் தயாராக இருந்தார். ஆனால், இந்தச் சபதத்தினால் திருவொற்றியூரைவிட்டு அவர் செல்லாமல் இருக்க வேண்டும். அவ்வாறு செல்லாமல் இருந்தால் சிவபெருமான் திருக்கோயில்களுக்குச் சென்று பதிகம் பாட இயலாமல் போய்விடும். எனவே, இறைவன்தான் இதற்கு வழிகாட்டி அருள வேண்டும் என்று கேட்டுக்கொண்டார் சுந்தரர்.

    தம்பிரான் தோழரவர்
        தாம் வேண்டிக் கொண்டருள
    உம்பர் நாயகரும் அதற்கு
        உடன்பாடு செய்வாராய்
    நம்பி நீ சொன்னபடி
        நாம் செய்தும் என்று அருள
    எம்பிரானே அரியது
        இனி எனக்கு என் என ஏத்தி    [3401]

'நம்பியே! உனது விருப்பப்படி நான் செய்வேன்' என்று இறைவன் அருள்புரிந்ததும் சுந்தரர் சபதம் செய்வதற்கு உடன்பட்டார். நேரே சங்கிலியாரிடம் வந்தான் இறைவன். 'பெண்ணே! சபதம் செய்வதற்குச் சுந்தரன் இசைவு தெரிவித்து விட்டான். சபதம் செய்யும்போது என்னைச் சாட்சியாக வைத்து என் ஆலயத்தில் செய்யாமல் அருகில் இருக்கும் மகிழ மரத்தின் அடியில் அந்தச் சபதத்தை அவன் செய்வான்' என்று இறைவன் தெரிவித்தான்.

இறைவன் தன்னிடமும் சுந்தரரிடமும் மீண்டும் மீண்டும் சென்று அருள்புரிவதைக் கண்டதும் சங்கிலியார் மிகவும் மகிழ்ச்சி அடைந்து மீண்டும் திருப்பாதத்தில் பணிந்தார். கனவிலிருந்து திடீரென்று விழித்தார் சங்கிலியார். நடந்தவை எல்லாம் கனவுபோல் அவருக்குத் தோன்றவில்லை. உண்மையில் நிகழ்ந்தவை போலவே தோன்றின. அருகில் உறங்கிக்கொண்டிருந்த தோழிப்பெண்களை எழுப்பினார்.

கனவில் கண்டவற்றை எல்லாம் தோழியரிடம் தெரிவித்தார் சங்கிலியார். அவர்கள் அனைவரும் அச்சமும் வியப்பும் அடைந்தனர். எப்படியோ சங்கிலியார் திருமணத்திற்கு ஒப்புக்கொண்டார் என்னும் மகிழ்ச்சி அவர்களை ஆட்கொண்டது. இறைவனுக்குச் சாற்றுவதற்குப் பூப்பறிக்கச் செல்லும் நேரம் வந்தது. தோழியருடன் சென்றார் சங்கிலியார். அவர் வருவதற்கு முன்பாகவே சபதம் செய்வதற்குச் சுந்தரர் சென்று காத்திருந்தார். இறைவன் முன் சபதம் செய்வதற்குச் சுந்தரர் அழைத்தார். ஆனால், அதனைச்

சங்கிலியாரின் தோழியர் ஏற்றுக்கொள்ளவில்லை. 'இந்தச் சிறியக் காரணத்திற்காக இறைவன் முன் சபதம் செய்வது சரியான செயல் அல்ல. எனவே, மகிழ மரத்தடியில் சபதம் செய்யவேண்டும்' என்றனர்.

சபதம் செய்வதற்கு ஒப்புக்கொண்ட பின்னர், 'மகிழ மரத்தடியில் சபதம் செய்யமாட்டேன்' என்று சொன்னால்தான் பொய்ச்சபதம் செய்வதுபோல் ஆகிவிடும். எனவே, மகிழ மரத்தடியில் சபதம் செய்வதற்கு சுந்தரரும் ஒப்புக்கொண்டார்.

தாவாத பெருந்தவத்துச்
சங்கிலியாரும் காண
மூவாத திருமகிழை
முக்காலும் வலம் வந்து
மேவாது இங்கு யான் அகலேன்
என நின்று விளம்பினார்
பூவார் தண்புனல் பொய்கை
முனைப்பாடிப் புரவலனார்      (3412)

'சங்கிலியார் இருக்கும் இத்திருவொற்றியூரை விட்டுச் செல்லமாட்டேன்' என்று மகிழ மரத்தடியில் சபதம் செய்து கொடுத்தார் சுந்தரர். சபதத்தை முடித்ததும் நேரே இறைவன் முன்பு சென்றார் சுந்தரர். மகிழ மரத்தடியில் சபதம் செய்ய வைத்ததும் இறைவனே என்பதனை உணர்ந்தார் அவர். எனவே, இறைவனைப் பார்த்து, 'அங்கும் இங்குமாகச் செய்த செயல் அழகாக இருக்கிறது' என்றார்.

அன்றைக்கு இரவே திருவொற்றியூரில் உள்ள தன் அடியார்களின் கனவில் தோன்றிய இறைவன், சுந்தரனுக்கும் சங்கிலிக்கும் திருமணம் செய்து வைக்கும்படி தெரிவித்தான். அதன்படி அடியவர்கள் அனைவரும் அந்த அதிகாலை வேளையில் இருவருக்கும் திருமணம் செய்து வைத்தார்கள். சங்கிலியாருடன் மகிழ்ச்சியான இல்லறத்தைத் தொடங்கினார் சுந்தரர்.

## கண் போனது

சுந்தரரும் சங்கிலியாரும் மகிழ்ச்சியாக வாழ்ந்த வேளையில் சுந்தரருக்குப் பரவையாரின் நினைவு தோன்றியது. திருவாரூரில் கோயில் கொண்டுள்ள தியாகராசப் பெருமானின் நினைவும் கூடவே எழுந்தது.

திருவாரூருக்குச் செல்வதற்கு முயற்சித்தார். செய்துகொடுத்த சபதத்தை மீறிச் செல்வதற்கு முயற்சித்த உடனே அவரது கண் பார்வைப் பறிபோனது.

<blockquote>
பின் ஒரு நாள் திருவாரூர் தனைப்<br>
   பெருக நினைந்து அருளி<br>
உன்ன இனியார் கோயில்<br>
   புகுந்து இறைஞ்சி ஒற்றி நகர்<br>
தன்னை அகலப் புக்கார்<br>
   தாம் செய்த சபதத்தால்<br>
முன்னடிகள் தோன்றாது<br>
   கண் மறைய மூர்ச்சித்தார் (3426)
</blockquote>

சங்கிலியாருக்குச் செய்துகொடுத்த சபதத்தை மறந்து பிரிந்து செல்ல நினைத்ததால் கண் பார்வைப் போய்விட்டது என வருந்தினார். இந்தத் துன்பத்திலிருந்து மீள்வதற்கு இறைவனைப் பாடிடுவேன் என்று வேண்டினார். இருப்பினும் பார்வை மீளவில்லை. தன்னுடன் வந்த அன்பர்கள் வழிகாட்டிட, திருவொற்றியூரிலிருந்து புறப்பட்டார் சுந்தரர்.

வட திருமுல்லை வாயில் என்னும் ஊரினை அடைந்தார் சுந்தரர். அங்கே கோயில் கொண்டுள்ள மாசிலாமணீசுவரரைப்

பணிந்து வணங்கினார். சங்கிலியாருக்காகப் பறிபோனப் பார்வையை மீண்டும் தந்து அருளவேண்டும் என்று வேண்டினார். பின்னர், அங்கிருந்து புறப்பட்டு, தற்போது பூண்டி என்று அழைக்கப்பெறும் திருவெண்பாக்கத்திற்குச் சென்று அங்கே கோயில் கொண்டுள்ள ஊன்றீசுவரரைப் பணிந்தார்.

இறைவன் அருள்புரியவில்லை. கோபம் கொண்ட சுந்தரர், 'இறைவா! நீ இருக்கின்றாயா?' என்றார். அப்போதும் இறைவன் அருள்புரியவில்லை. இறுதியில் சுந்தரரது கலக்கத்தைப் போக்கும் வகையில் ஓர் ஊன்றுகோலினை இறைவன் வழங்கினான்.

பின்னர் அங்கிருந்து புறப்பட்டு, திருவாலங்காட்டுத் திருக்கோயிலுக்குச் செல்லாமல் வெளியே இருந்தபடியே இறைவனைப் போற்றி வணங்கினார். காரைக்கால் அம்மையார் தலையால் வணங்கிய பூமியைக் காலால் மிதிக்கக்கூடாது எனத் திருஞானசம்பந்தர் கருதியது போன்றே சுந்தரரும் கருதியதால் அந்த ஊருக்குச் செல்லவில்லை.

திருவூறல் என்னும் ஊரில் உள்ள ஜலநாதீசுவரரைப் போற்றிப் பணிந்தார். இந்த ஊர் தற்போது தக்கோலம் என அழைக்கப்படுகிறது.

# இடது கண் பெற்றார்

காஞ்சிபுரத்திற்கு அடியாருடன் வந்தார் சுந்தரர். காமக்கோட்டத்தில் வீற்றிருக்கும் அறம் வளர்த்த நாயகியைப் பணிந்து வணங்கினார். பின்னர் ஏகாம்பர நாதரைப் பணிந்தார்.

'தேவர்கள் இறவாது வாழ்வதற்கு அமுதளித்தவனே! காஞ்சிபுரத்தில் ஏகம்பத்தில் கோயில் கொண்டுள்ள இறைவனே! நான் செய்த பிழையைப் பொறுத்து எனக்கு கண் அளித்து உதவிட வேண்டும்' என்று வேண்டினார்.

**விண்ணாள்வார் அமுது உண்ண**
**மிக்க பெரும் விடம் உண்ட**
**கண்ணாளா கச்சி**
**ஏகம்பனே கடையானேன்**
**எண்ணாத பிழை பொறுத்து இங்கு**
**யான் காண எழில் பவள**
**வண்ணா கண் அளித்து அருள்வாய்**
**என வீழ்ந்து வணங்கினார்** (3438)

இறைவனது திருப்பாதத்தில் வீழ்ந்து வணங்கினார் சுந்தரர். இறைவன் அருளால் சுந்தரருக்கு இடது கண் பார்வைக் கிடைத்தது.

ஒரு கண் பார்வைக் கிடைத்ததும் சுந்தரரது உள்ளத்தில் மகிழ்ச்சித் தோன்றியது. கண் பார்வை இல்லை என்றால் எவ்வளவு துன்பம் அனுபவிப்போம் என்பதைச் சுந்தரரின் இந்த மகிழ்ச்சி அனைவருக்கும் எளிதில் உணர்த்தும்.

**ஞாலம்தான் இடந்தவனும்**
**நளிர் விசும்பு கடந்தவனும்**

மூலம்தான் அறிவரியார்
கண் அளித்து முலைச் சுவட்டுக்
கோலம்தான் காட்டுதலும்
குறுகி விழுந்து எழுந்து களித்து
ஆலம்தான் உகந்தவன் என்று
எடுத்து ஆடிப் பாடினார் [3440]

இறைவனைக் காண முடிந்தது என்னும் மகிழ்ச்சியால் ஆடிப்பாடினார். இறைவனது அருளைப் பெற்ற சுந்தரர் காஞ்சிபுரத்தில் சிலநாள் தங்கியிருந்தார்.

திருவாரூருக்குச் செல்லும் ஆசை மிகுந்ததால் அங்கிருந்து புறப்பட்டுப் பலத் திருத்தலங்களுக்குச் சென்றபின் திருவாமாத்தூரை அடைந்தார். அங்கே கோயில் கொண்டுள்ள அபிராமேசுவரரைப் பணிந்தபின் தொண்டை நாட்டினைக் கடந்து சோழநாட்டினை அடைந்தார்.

✧

# நோய் நீங்கியது

திருவரத்துறை, திருவாவடுதுறை முதலிய திருப்பதிகளுக்குச் சென்ற சுந்தரர் திருத்துருத்தியை அடைந்தார். அப்போது அவரது உடலில் புதிய நோய் ஒன்று தோன்றியிருந்தது. உடலின் மேல்பாகத்தில் தோன்றிய அந்த நோயிலிருந்து காத்தருள வேண்டும் என்று இறைவனிடம் வேண்டினார்.

திருப்பதிகம் கொடு பரவிப்
பணிந்து திருவருளால் போய்
விருப்பினொடும் திருத்துருத்தி
தனை மேவி விமலர் கழல்
அருத்தியினால் புக்கு இறைஞ்சி
அடியேன் மேல் உற்ற பிணி
வருத்தம் எனை ஒழித்து அருள
வேண்டும் என வணங்குவார் [3449]

திருத்துருத்தித் திருக்கோயிலின் வடபுறத்தில் உள்ள திருக்குளத்தில் குளித்தால் உடலின் மேலே தோன்றும் இந்த நோய் நீங்கும் என்று இறைவன் அருளினான். அதன்படி சுந்தரர் அந்தக் குளத்தில் குளித்தார். அவரது உடலில் தோன்றிய நோய் மறைந்தது. அவரது உடல் முன்பு இருந்த ஒளியுடன் விளங்கியது.

வட குளத்தில் குளித்ததும் சுந்தரரின் மேனியில் தோன்றிய ஒளியைக் கண்டு அனைவரும் வியப்பு அடைந்தனர். இறைவனது அருளை எண்ணி மகிழ்ந்தனர். திருத்துருத்தி இறைவன் மேல் பதிகம் பாடினார் சுந்தரர்.

கண்டவர்கள் அதிசயிப்பக்
கரையேறி உடை புனைந்து

மண்டு பெருங் காதலினால்
கோயிலினை வந்து அடைந்து
தொண்டர் எதிர் மின்னு மா
மேகம் எனும் சொற்பதிகம்
எண் திசையும் அறிந்து உய்ய
ஏழிசையால் எடுத்து இசைத்தார் [3452]

திருத்துருத்தியில் தங்கி இறைவனைப் போற்றிய சுந்தரர் அங்கிருந்து புறப்பட்டு வழியில் உள்ள தலங்கள் பலவற்றிற்கும் சென்று இறைவனைப் பணிந்தார். பின்னர் திருவாரூரை அடைந்தார்.

ஒரு கண் பார்வையுடன் திருவாரூருக்கு வந்த சுந்தரர், இறைவனிடம் இரண்டு கண் பார்வையும் வேண்டும் என்று பதிகம் பாடினார். அடியார் சூழ்ந்துவர திருக்கோயிலுக்குள் சென்றார். தேவாசிரியன் மண்டபத்தில் பணிந்தபின் புற்றிடங்கொண்ட ஈசரைச் சென்று வணங்கினார்; தரையில் பணிந்தார். திருவாரூரில் கோயில் கொண்டுள்ள இறைவனைக் கண்ணாரக் காண்பதற்கு இரண்டு கண்ணும் வேண்டும் என வேண்டினார்.

**திருநாவலூர் மன்னர்**
**திருவாரூர் வீற்றிருந்த**
**பெருமானைத் திருமூலட்**
**டானம் சேர் பிஞ்ஞகனைப்**
**பருகா இன்னமுதத்தைக்**
**கண்களால் பருகுதற்கு**
**மருவு ஆர்வத்துடன் மற்றைக்**
**கண் தாரீர் என வணங்கி** [3460]

திருவாரூர் இறைவனிடம் கொண்டிருந்த தோழமையால் தனக்குக் கண் தந்து அருள்புரிய வேண்டும் என்று பாடினார். சுந்தரரின் வேண்டுகோளினை ஏற்றுக்கொண்ட புற்றிடங்கொண்ட ஈசன், சுந்தரருக்குக் கண் வழங்கினான்.

கண் பெற்ற சுந்தரர் மகிழ்ச்சியில் விழுந்தார்; எழுந்தார்; இறைவனைப் பலமுறை வீழ்ந்து வணங்கினார்; ஆடிப் பாடினார்; இரண்டு கண்களால் இறைவனைக் கண்டு மகிழ்ந்தார்.

**விழுந்தும் எழுந்தும் பலமுறையால்**
**மேவிப் பணிந்து மிகப்பரவி**
**எழுந்த களிப்பினால் ஆடிப்**
**பாடி இன்ப வெள்ளத்தில்**

அழுந்தி இரண்டு கண்ணாலும்
அம்பொன் புற்றினிடை எழுந்த
செழுந்தண் பவளச் சிவக் கொழுந்தின்
அருளைப் பருகித் திளைக்கின்றார்        (3463)

இறைவனது அருள் திறத்தினைக் கண்களால் கண்டு மனத்தினால் நினைத்து அந்த அருள் வெள்ளத்தில் மூழ்கினார்.

✧

## பரவையின் கோபம்

சுந்தரர் பிரிந்து சென்றதிலிருந்து மனம் வருந்தித் தனிமையில் துன்பம் அனுபவித்திருந்தார் பரவையார்.

திருவொற்றியூரில் சங்கிலியாரைத் திருமணம் செய்துகொண்டார் என்பதை அறிந்து மிகவும் கோபம் கொண்டார். அந்தக் கோபத்திலிருந்து விடுபட்டால் மட்டுமே சுந்தரரால் பரவையாரின் இல்லத்திற்குச் செல்லமுடியும்.

மூத்த அடியார்களைப் பரவையாரிடம் தூதாக அனுப்பினார். அவர்களும் பரவையாரின் பொன்மாளிகைக்குச் சென்று கோபத்தைத் தணிப்பதற்கு முயற்சி செய்தனர்.

நம்பி அருளால் சென்றவரும்
   நங்கை பரவையார் தமது
பைம்பொன் மணி மாளிகை அணைந்து
   பண்பு புரியும் பாங்கினால்
வெம்பு புலவிக் கடல் அழுந்தும்
   மின்னேரிடையார் முன் எய்தி
எம்பிராட்டிக்கு இது தகுமோ
   என்று பலவும் எடுத்துரைப்பார் [3471]

மூத்த அடியார்கள் செய்த முயற்சி எதுவும் பலனளிக்கவில்லை. பரவையாரின் கோபம் நீங்கவில்லை என்பதனை அறிந்த சுந்தரர் உள்ளம் மிகவும் வருந்தினார்.

நள்ளிரவு வேளை. எல்லோரும் உறங்கிக்கொண்டிருந்தனர். சுந்தரர் உறங்கவில்லை. பரவையாரின் கோபத்தைப் போக்குவதற்கு

இனிமேல் யாராலும் இயலாது. இறைவனால் மட்டுமே முடியும் என உணர்ந்தார் சுந்தரர்.

இறைவனைத் தூதாக அனுப்புவதைத் தவிர வேறு வழி இல்லை என்பதை அறிந்தவர் இறைவனிடம் வேண்டினார்.

'இறைவா! உனது அருளினால்தான் திருவொற்றியூரில் சங்கிலியாரை மணம் புரிந்தேன். இப்போது நான் பரவையாரிடம் செல்ல இயலாமல் தவிக்கிறேன். நான் சென்றால் உயிரை விட்டுவிடுவதாகச் சொல்லுகிறார்' என்றார் சுந்தரர்.

> அடியேன் அங்குத் திருவொற்றி
> யூரில் நீரே அருள் செய்ய
> வடிவேல் ஒண்கண் சங்கிலியை
> மணம் செய்து அணைந்த திறம் எல்லாம்
> கொடியேர் இடையாள் பரவைதான்
> அறிந்து தன்பால் யான் குறுகின்
> முடிவேன் என்று துணிந்து இருந்தாள்
> என் நான் செய்வது என மொழிந்து [3479]

'என்னால் எதுவும் செய்ய முடியாமல் இருக்கிறேன். இறைவா! உனக்கு நான் அடிமை! உனக்கு நான் தோழன்! என்னை இந்தத் துன்பத்திலிருந்து காக்கும் செயலை நீதான் செய்திட வேண்டும்' என்றார் சுந்தரர்.

## தூது போன இறைவன்

சுந்தரர் வேண்டியதைக் கேட்டதும் இறைவன், 'கவலைப்படாதே! நானே பரவையிடம் தூதாகச் செல்கிறேன்' என்றான்.

இறைவனே தூதாகச் செல்கிறேன் என்றதும் சுந்தரரின் உள்ளத்தில் உவகை பொங்கியது.

இறைவனே தூதனாகச் செல்கிறேன் என்றதும் இறைவனின் திருப்பாதத்தில் வீழ்ந்து வணங்கினார் சுந்தரர். எவ்வாறெல்லாம் இறைவனை வணங்குவாரோ அவ்வாறெல்லாம் வணங்கினார். 'எப்படியாவது இந்த ஊடலைத் தீர்த்து அருள்புரிய வேண்டும்' என்றார்.

> எல்லை இல்லாக் களிப்பினராய்
> இறைவர் தாளில் வீழ்ந்து எழுந்து
> வல்ல பரிசெல்லாம் துதித்து
> வாழ்ந்து நின்ற வன்தொண்டர்
> முல்லை முகை வெண்நகைப் பரவை
> முகில் சேர் மாடத்து இடைச்செல்ல
> நில்லாது ஈண்ட எழுந்தருளி
> நீக்கும் புலவி எனத் தொழுதார்   (3482)

பரவையாரின் இல்லத்திற்குத் தூதுவனாக இறைவன் நடந்தான். இறைவன் செல்வதைப் பார்த்ததும் தேவாசிரிய மண்டபத்தில் இருந்த தேவர்கள் அனைவரும் பின்னால் சென்றனர். அவர்களுக்கு முன்னால் பூத கணங்களும் முனிவர்களும் சென்றார்கள். குபேரன் முதலானோர் தெருவெங்கும் மலர்களைத் தூவினர். திருவாரூர்த் தெருவில் சிவபெருமானுடன் திருக்கயிலாயத்தில் உள்ளோர் அனைவரும் சென்றனர்.

பரவையாரின் திருமாளிகையை அடைந்த சிவபெருமான், வேதியர் வடிவம் தாங்கி நின்றார். சிவனுக்குப் பூசை செய்யும் வேதியர் நள்ளிரவில் வந்து நின்றதும் பதைத்தபடி பரவையார் கதவைத் திறந்தார். 'இந்த நேரத்தில் தாங்கள் வந்ததன் காரணம் என்ன?' என வினவினார்.

'என்னை ஆளும் எம்பெருமானாகிய இறைவன் இங்கே வருமாறு பணித்தான். எனது விண்ணப்பத்தை மறுக்காமல் ஏற்றுக்கொள்வதாக இருந்தால் சொல்கிறேன்' என்றார் வேதியர். 'நீங்கள் சொல்லுங்கள். நீங்கள் சொல்வது என்னால் செய்யத்தக்கது என்றால் செய்கிறேன்' என்றார் பரவையார்.

**கங்கை நீர் கரந்த வேணி**
**கரந்தவர் அருளிச் செய்வார்**
**நங்கை நீ மறாது செய்யின்**
**நான் வந்தது உரைப்பது என்ன**
**அங்கயல் விழியினாரும்**
**அதனை நீர் அருளிச் செய்தால்**
**இங்கு எனக்கு இசையுமாகில்**
**இசையலாம் என்று சொல்லி** (3493)

'சுந்தரன் இங்கே வந்து உன்னுடன் இருக்கவேண்டும்' என்று வந்த காரியத்தைச் சொன்னார் வேதியர். 'பங்குனி உத்திரத் திருநாளுக்கு வருவதாகச் சொல்லிவிட்டுத் திருவொற்றியூருக்குச் சென்று அங்கே சங்கிலியாருடன் வாழ்ந்து வந்த அவர் இங்கே வரமுடியுமா? இந்த நள்ளிரவு வேளையில் நீர் வந்து சொல்வது மிகவும் நன்று' என்று ஏளனமாகச் சொன்னார் பரவையார்.

'பரவையே! சுந்தரன் செய்ததை எல்லாம் மறந்து நீ ஏற்றுக்கொள்ள வேண்டும் என்பதற்காகத்தான் நான் வந்தேன்! நீ இவ்வாறு மறுப்பது முறையாகாது' என்றார் வேதியர். 'அவருக்குத் தூதாக நீங்கள் வருவது உங்கள் தகுதிக்குத் தகுந்த செயல் இல்லை. திருவொற்றியூரில் தங்கியிருப்பேன் என்று சபதம் செய்த அவர் இங்கே வருவதை நான் ஏற்றுக்கொள்ள மாட்டேன்' என்றார் பரவையார்.

வேதியர் வேடத்தில் வந்த இறைவன், எல்லாம் தனது செயல் என்பதை வெளிக்காட்டிக் கொள்ளாமல் பரவையார் மறுத்த செய்தியோடு சுந்தரரிடம் சென்றார்.

இறைவனின் வருகையை ஆவலோடு எதிர்பார்த்திருந்த சுந்தரர் விரைந்து அருகில் போனார்.'

'நான் எவ்வளவோ எடுத்துக்கூறியும் பரவை அதனை ஏற்றுக்கொள்ளவில்லை' என்னும் இயலாமையைக் கூறினான் இறைவன்.

'நீங்கள் கூறிய பிறகும் பரவை என்னை ஏற்றுக்கொள்ளாமல் இருக்கமாட்டாள். இறைவா! மீண்டும் தூதாகச் சென்று என்னைப் பரவையிடம் சேர்க்காவிட்டால் நான் உயிரோடு இருக்கமாட்டேன்' என்று தரையில் வீழ்ந்தார் சுந்தரர்.

சுந்தரரின் நிலையைக்கண்ட இறைவன், 'நான் மீண்டும் அவளிடம் போய் உன்னை ஏற்றுக்கொள்ளுமாறு சொல்கிறேன்' என்று ஆறுதல் கூறியபடி புறப்பட்டான்.

**தம்பிரான் அதனைக் கண்டு**
**தரியாது தளர்ந்து வீழ்ந்த**
**நம்பியை அருளால் நோக்கி**
**நாம் இன்னம் அவள்போல் போய்அக்**
**கொம்பினை இப்போதே நீ**
**குறுகுமா கூறுகின்றோம்**
**வெம்புறு துயர் நீங்கு என்றார்**
**வினை எலாம் விளைக்க வல்லார்** [3508]

இறைவன் மீண்டும் பரவையாரின் வீட்டிற்குச் செல்லும்போது முன்புபோல் அனைவரும் பின்னால் சென்றார்கள்.

வேதியரை அனுப்பிய பிறகு, வேதியன்போல் தூதராக வந்தவர் இறைவனே என்பதைப் பரவையார் அறிந்து மிகவும் வருந்தினார். வாயிலைப் பார்த்தபடி வீற்றிருந்தார்.

சிவபெருமானைத் தொடர்ந்து அனைவரும் பரவையாரின் வீட்டிற்கு முன்வந்தார்கள். திருக்கயிலாய மலையே பரவையாரின் வீட்டிற்கு முன்பாக வந்ததுபோல் காட்சியளித்தது அந்தத் திருக்காட்சி,

வேதியர் மீண்டும் வந்ததைக் கண்டதும் பரவையார் விரைந்துபோய் அவரது திருப்பாதத்தில் பணிந்து வணங்கினார்.

'சுந்தரனுக்காக மீண்டும் உன்னிடம் தூதாக வந்தேன். முன்புபோல் மறுக்காதே! அவனை நீ ஏற்றுக்கொள்ள வேண்டும்' என்றார். வேதியர்.

'இறைவா! உங்கள் திருப்பாதம் வருந்தும்படியாக இந்த இரவு முழுவதும் இங்கும் அங்குமாக அலைவீர் என்றால், அதனை நான் ஏற்றுக்கொள்ளாமல் இருப்பேனா?' என்று பணிந்தார் பரவையார்.

துளிவளர் கண்ணீர் வாரத்
தொழுது விண்ணப்பம் செய்வார்
ஒளிவளர் செய்ய பாதம்
வருந்த ஓர் இரவு மாறாது
அளிவரும் அன்பர்க்காக
அங்கொடு இங்கு உழல்வீர் ஆகி
எளிவருவீரும் ஆனால்
என்செய்கேன் இசையாது என்றார் [3518]

பரவையார் கூறிய நற்சொல்லைக் கேட்ட இறைவன் அங்கிருந்து விரைந்து சுந்தரரிடம் வந்தான். அவ்வாறு இறைவன் வரும்போது, தூதில் வெற்றிப் பெற்றதால் பூத கணங்களும் முனிவர்களும் மற்றோரும் திருவாரூர் வீதியில் ஆடிப் பாடியபடி வந்தனர்.

சுந்தரர் இருக்கும் இடம் வந்ததும், 'பரவையின் கோபத்தைப் போக்கிவிட்டேன். இனி நீ பரவையிடம் சேரலாம்' என்றான் இறைவன். மகிழ்ச்சியடைந்த சுந்தரர் பரவையாரின் இல்லத்திற்குப் போய் மகிழ்ந்திருந்தார்.

✧

# இறைவன் தூதனா?

வைத்தீசுவரன் கோயிலுக்கு அடுத்து, திருப்புன்கூருக்கு அருகில் அமைந்துள்ள ஊர் திருப்பெருமங்கலம். இந்தத் திருப்பெரு மங்கலத்தில் படைத் தலைமையிலும் வேளாண் தொழிலிலும் சிறப்புற்று விளங்கிய ஏயர் குடியில் தோன்றியவர்தான் கலிக்காமர்.

அங்கண் மிக்க அக்குடியினில்
 அவதரித்துள்ளார்
கங்கை வாழ் முடியார் தொண்டர்
 கலிக்காமர் என்பார்
தங்கள் நாயகர் அடிபணிவார்
 அடிச் சார்ந்து
பொங்கு காதலின் அவர் பணி
 போற்றுதல் புரிந்தார்           (3158)

சிவபெருமானை இறைவனாகக் கொண்டு தொண்டு செய்துவரும் அடியாருக்குத் தொண்டு செய்வதைத் தனது கடமையாகக் கொண்டு தொடர்ந்து செய்து வந்தார் கலிக்காமர். திருப்பெருமங்கலத்திற்கு அருகிலுள்ள திருப்புன்கூர் ஆலயத்திற்குத் திருப்பணிகள் பலவும் செய்து வந்தார். சுந்தரர், இறைவனைத் தூதனாக அனுப்பிய செய்தியை அறிந்தார் கலிக்காமர்.

நம்பி ஆரூரர் நெஞ்சில்
 நடுக்கம் ஒன்று இன்றி நின்று
தம்பிரானாரைத் தூது
 தையல்பால் விட்டார் என்னும்
இம்பரின் மிக்க வார்த்தை
 ஏயர்கோனார் தாம் கேட்டு

> வெம்பினார் அதிசயித்தார்
> வெருவினார் விளம்பலுற்றார்  [3535]

சிவபெருமானை அனைத்திற்கும் மேலாகக் கருதியவர் கலிக்காமர். அத்தகைய சிவபெருமானை ஒரு பெண்ணிடம் கொண்ட மோகத்தால் சுந்தரர் தூது அனுப்பிய செயலை அவரால் ஏற்றுக்கொள்ள இயலவில்லை. அதனால் மிகவும் கோபம் கொண்டார். அந்தக் கோபத்தின் விளைவாகச் சுந்தரரை இழிவாகப் பேசினார்.

'இறைவனைத் தொண்டன் ஒருவன் தூதனாக அனுப்பும் இந்தச் செயல் மிகவும் இழிவானது. இவ்வாறு செய்தவனைத் தொண்டன் என்று கூறுவது மிகவும் இழிவானது. இந்த இழிச் செயலை ஒருவன் செய்தான் என்று என் காதுகளில் கேட்ட பிறகும் நான் தண்டிக்காமல் இருப்பது பாவம். அவ்வாறு தண்டிக்க இயலவில்லை என்றால் என் உயிரை மாய்த்திருக்க வேண்டும்; அவ்வாறு மாய்க்காமல் இருப்பது பாவம்' என்று சொன்னார்.

> நாயனை அடியான் ஏவும்
> காரியம் நன்று சாலம்
> ஏயும் என்று இதனைச் செய்வான்
> தொண்டனாம் என்னே பாவம்
> பேயனேன் பொறுக்க ஒண்ணாப்
> பிழையினைச் செவியால் கேட்பது
> ஆயின பின்னும் மாயாது
> இருந்தது என் ஆவி என்பார்  [3536]

உலகத்தார்க்கு எல்லாம் இறைவனாக விளங்குபவன் சிவன். அந்தச் சிவபெருமானைத் தூதுவிட்டான் என்று அறிந்தபிறகும் உயிரை வைத்திருப்பது தனக்கு இழிவு என்று கருதும் அளவிற்கு உணர்ச்சிவேகம் கொண்ட கலிக்காமர் தொடர்ந்து கோபத்தால் கூறினார்.

'ஒரு பெண்மேல் கொண்ட காதலால் ஒருவன் இறைவனை ஏவினான் என்பது இந்த உலகத்தில் இதுதான் முதல்முறை. இந்த அடாத செயலைச் செய்தவனை எல்லோரும் போற்றுகிறார்களே! இவ்வாறு தூதனாக ஒருவன் அனுப்பியதை இறைவனும் ஏற்றுக்கொண்டு ஓர் இரவு முழுவதும் தனது சிவந்த தாமரைப் பாதங்கள் நிலத்தில் தேயுமாறு தேரோடும் வீதியில் பலமுறை சென்று வந்துள்ளான் என்றால் இந்த இறைவனின் செயலும் விந்தையானது' என்றார்.

காரிகை தன்பால் செல்லும்
 காதலால் ஒருவன் ஏவப்
பாரிடை நடந்து செய்ய
 பாத தாமரைகள் நோவத்
தேரணி வீதி ஊடு செல்வது
 வருவது ஆகி
ஓர் இரவு எல்லாம் தூதுக்கு
 உழல்வாராம் ஒருவர் என்று (3537)

'இறைவனை இப்படி ஆட்டுவித்தவன் ஒருவன் என்றால் அவன் எப்படி இறைத்தொண்டனாக இருக்க முடியும்?' என்னும் கேள்வி கலிக்காமரது நெஞ்சில் நிலைத்தது.

'இந்திரனாலும் திருமாலாலும் பிரம்மனாலும் காண இயலாத அருமை உடையவன் இறைவன். அந்த இறைவன் தன்னுடைய பக்தனின் வேண்டுகோளுக்கு இணங்கித் தூது செல்ல உடன்பட்டு விட்டான் என்றால், அந்தத் தொண்டன் அவ்வாறு தூதாக அனுப்புவது தவறல்லவா? இந்தச் செயலைச் செய்வதற்கு அந்தத் தொண்டனின் உள்ளம் நடுங்கியிருக்க வேண்டாமா?' என அடுக்கடுக்காக வினாக்களை அடுக்கினார்.

நம்பர் தாம் அடியார் ஆற்றார் ஆகியே
 நண்ணினாரேல்
உம்பரார் கோனும் மாலும் அயனும் நேர்
 உணர ஒண்ணா
எம்பிரான் இசைந்தார் ஏவப்
 பெறுவதே இதனுக்கு உள்ளம்
கம்பியாதவனை யான் முன்
 காணுநாள் எந்நாள் என்று (3538)

'அந்த அறிவற்றத் தொண்டனை நான் நேரில் கண்டேன் என்றால் என்ன செய்வேன் என்பது எனக்கே தெரியாது' என்று கோபத்துடன் கூறினார். இவ்வாறு செய்தவனைக் காணக் கலிக்காமர் நினைத்தது மகிழ்ச்சியால் அல்ல; இத்தகையவனும் இந்த உலகத்தில் இருக்கின்றானே என்னும் இகழ்ச்சியால்.

சோழனின் படைத்தலைமைப் பெற்றவர்; மிகப்பெரும் செல்வந்தர்; சிவன் பணியில் ஈடுபாடு கொண்டவர். எல்லாச் சிவன் அடியார்களாலும் போற்றப்படுபவர் கலிக்காமர். அந்தக் கலிக்காமர், சுந்தரர்மேல் ஆத்திரம் கொண்டிருப்பதை அறிந்து சுந்தரர் மிகவும்

வருந்தினார். தான் செய்த தவற்றை உணர்ந்தார். எப்படியாவது இந்தத் தவற்றிலிருந்து பிழைக்கவேண்டும் என்னும் எண்ணம் கொண்டார்.

> ஈறுஇலாப் புகழின் ஓங்கும்
>    ஏயர்கோனார் தாம் எண்ணப்
> பேறு இது பெற்றார் கேட்டுப்
>    பிழையுடன்படுவாராகி
> வேறுஇனி இதற்குத் தீர்வு
>    வேண்டுவார் விரிபூங் கொன்றை
> ஆறிடு சடையனாருக்கு
>    அதனை விண்ணப்பம் செய்து          [3540]

இறைவனைத் தூதனாக அனுப்பியதால் கலிக்காமர் கொண்ட கோபத்தைத் தணிப்பதற்கும் இறைவனிடமே விண்ணப்பம் செய்தார் சுந்தரர். கலிக்காமரைத் தவிர வேறு எவராவது இந்தப் பிழையைச் சுட்டிக்காட்டியிருந்தால் அதனை ஏற்றுக்கொண்டிருப்பார் என்று சொல்ல இயலாது. மற்றவர்களுக்குச் சுந்தரரிடம் பிழை காணும் தைரியமும் தோன்றாது. வாழ்ந்த காலத்தில் பெரும்புகழுடன் வாழ்ந்தவர் கலிக்காமர் என்பதால் தனது பிழையை ஒப்புக்கொண்ட சுந்தரர் எப்படியாவது அவரது நட்பினைப் பெறவேண்டும் என்றும் விரும்பினார்.

# கலிக்காமருக்குச் சூலை நோய்

கலிக்காமர் தம்மிடம் கொண்டிருக்கும் கோபத்தை மாற்றி அருளவேண்டும் என்னும் சுந்தரரின் விண்ணப்பத்தினை ஏற்றுக்கொண்ட இறைவன், எந்த வகையிலாவது இருவருக்கும் நட்பு ஏற்படுத்தவேண்டும் என்று தீர்மானித்தான்.

கலிக்காமருக்குச் சூலை நோயைக் கொடுத்து அதன்மூலமாக நட்பினை ஏற்படுத்திடக் கருதிய இறைவன் சூலை நோயை ஏற்படுத்தினான்.

நாள்தொறும் பணிந்து போற்ற
நாதரும் அதனை நோக்கி
நீடிய தொண்டர் தம்முள்
இருவரும் மேவும் நீர்மை
கூடுதல் புரிவார் ஏயர்
குரிசிலார் தம்பால் மேனி
வாடுறு சூலை தன்னை
அருளினார் வருந்தும் ஆற்றால் [3541]

சூலை நோய் என்பது திருநாவுக்கரசருக்கு வந்த கொடிய நோய் போன்று தீராத வலியைத் தரும் இயல்புகொண்டது. அந்தச் சூலை நோயினால் மிகுந்த துன்பம் அடைந்தார் கலிக்காமர்.

நெருப்பால் செய்யப்பட்ட வேல் கொண்டு வயிற்றைக் குத்திக் குடைவதுபோல் சூலை நோயானது கலிக்காமரின் வயிற்றினைக் குடைந்தது. அந்த வலியை இறைவனே போக்கி அருளவேண்டும் எனத் தொடர்ந்து இறைவனிடமே வேண்டி வந்தார்.

ஏதம் இல் பெருமைச் செய்கை
ஏயர்தம் பெருமான் பக்கல்

ஆதியார் ஏவும் சூலை
அனல் செய் வேல் குடைவது என்ன
வேதனை மேன்மேல் செய்ய
மிக அதற்கு உடைந்து வீழ்ந்து
பூத நாயகர்தம் பொற்றாள்
பற்றியே போற்றுகின்றார் [3542]

இந்த உலகத்தில் உள்ள உயிர்களை எல்லாம் காக்கும் இறைவனான சிவபெருமான் தன்னை இந்தக் கொடிய சூலை நோயிலிருந்து போக்கி அருள்வான் என்னும் நம்பிக்கையில் அவனது பாதத்தைப் பற்றி வேண்டினார்.

'கலிக்காமரின் வேண்டுகோளைக் கேட்ட இறைவன் காட்சியளித்தான். உன்னை ஆட்கொண்டுள்ள இந்தச் சூலை நோயினை எந்த மருந்தாலும் போக்க முடியாது. சுந்தரன் வந்துதான் இதனைப் போக்க முடியும்' என்று அருளினான்.

சிந்தையால் வாக்கால் அன்பர்
திருந்தடி போற்றி செய்ய
எந்தமை ஆளும் ஏயர்
காவலர் தம்பால் ஈசர்
வந்து உனை வருத்தும் சூலை
வன்தொண்டன் தீர்க்கில் அன்றி
முந்துற ஒழியாது என்று
மொழிந்து அருள் செயக்கேட்டு [3543]

இறைவனின் அருள்வாக்கினைக் கேட்ட கலிக்காமர் அதிசயித்தார். 'நானும் என் தந்தையும் என் மனைவியும் அவர் தந்தையும் எனப் பரம்பரைப் பரம்பரையாக உன்னையே பற்றுக்கோடாகக் கொண்டு வாழ்கிறோம். இப்போது என்னை வாட்டி வதைக்கும் இந்தச் சூலை நோயினை வல்லடி வழக்கின் மூலம் ஆட்கொண்ட சுந்தரனால்தான் தீர்க்க முடியும் என்பது விந்தையிலும் விந்தையாக இருக்கிறது' என்றார். மேலும், இறைவனைப் பார்த்து, 'அந்தச் சுந்தரன் வந்து எனது சூலை நோயினைப் போக்குவதைவிட அந்த நோயானது போகாமல் என்னை இப்படியே துன்பப்படுத்தினாலும் நல்லதுதான். எருதினை வாகனமாகக் கொண்ட இறைவா! உம்மை அடைந்த சுந்தரனுக்கே நீர் மேன்மையைச் செய்தீர்' என்று கலிக்காந் தெரிவிக்கவும் இறைவன் மறைந்தான்.

மற்று அவன் தீர்க்கில் தீராது
ஒழிந்து எனை வருத்தல் நன்றால்
பெற்றம் மேல் உயர்த்தீர் செய்யும்
பெருமையை அறிந்தார் யாரே
உற்றவன் தொண்டற்கேயாம்
உறுதியே செய்தீர் என்னக்
கற்றைவார் சடையார் தாமும்
அவர் முன்பு கரந்தார் அன்றே (3545)

'இறைவன் செய்யும் செயலினை உள்ளது உள்ளபடி எவராலும் உணர்ந்துகொள்ள முடியாது' என்பதில் கலிக்காமருக்கு நம்பிக்கை இருந்தது. எனவேதான் இறைவன் சொன்ன செயல் தனக்கு இசைவில்லை என்றாலும் அதற்குமேல் எதுவும் சொல்லாமல் அப்படியே இருந்துவிட்டார்.

கலிக்காமரிடம் இருந்து அகன்ற இறைவன் நேரே சுந்தரரிடம் சென்றான். 'இன்று எனது கட்டளையால் கலிக்காமருக்குச் சூலை நோய் ஏற்பட்டிருக்கிறது. நீ உடனே சென்று அந்தச் சூலை நோயினைப் போக்குவாயாக!' என்றான். அதனைக் கேட்ட சுந்தரர், மிகவும் மகிழ்ச்சியுடன் இறைவனைப் போற்றி வணங்கினார்.

✧

## தானே போக்கிய சூலை

இறைவன் அருளியபடி உடனே சென்று கலிக்காமரின் சூலை நோயினைப் போக்கிட விரும்பினார் சுந்தரர். அந்தச் செய்தியை உடனே சென்று கலிக்காமரிடம் தெரிவிப்பதற்காக ஒரு தூதனை அனுப்பி வைத்தார்.

தூதுவன் நேரே திருப்பெரு மங்கலத்தை அடைந்து கலிக்காமரின் இல்லத்தை அடைந்தான். 'சூலை நோயைத் தீர்த்து வைப்பதற்காகச் சுந்தரர் வருகிறார்' என்பதைத் தெரிவித்தான்.

அதனைக் கேட்டதும் கலிக்காமரின் மனம் மிகவும் வருந்தியது. இறைவன் அருளால் சூலை வந்தது. அந்தச் சூலை நோயைச் சுந்தரனால்தான் போக்கமுடியும் என இறைவனே அருளினான். இப்போது அந்தச் சுந்தரன் வர இருக்கிறான் என்ற செய்தி, கலிக்காமரைக் கொல்வதற்கு இணையானச் செய்தியாக இருந்தது.

> நாதர்தம் அருளால் நண்ணும்
>     சூலையும் அவர்பால் கேட்ட
> கேதமும் வருத்த மீண்டும்
>     வன்தொண்டர் வரவு கேட்டுத்
> தூதனாய் எம்பிரானை
>     ஏவினான் சூலை தீர்க்கும்
> ஏதம் இங்கு எய்த, எய்தில்
>     யான் செய்வது என்னாம் என்பார் (3548)

'அந்தச் சுந்தரன் இந்தச் சூலை நோயைத் தீர்த்து வைப்பதற்காக வருகிறான் என்றால் இனி நான் என்ன செய்யவேண்டும்' என்று சிந்தித்தார் கலிக்காமர். 'சுந்தரன் வந்து எனது சூலை நோயைப்

போக்குவதைவிடவும் நான் உயிரை விடுவதே மேலானது ஆகும்' என்னும் எண்ணம் கலிக்காமருக்குத் தோன்றியது. அவ்வாறு உயிரை விடுவதற்கான வழி எது எனவும் எண்ணிப் பார்த்தார்.

'வயிற்றில் வேல் கொண்டு தாக்குவதுபோல் தாக்கும் இந்தச் சூலை நோயை ஒழிப்பதற்காக என் வயிற்றை நானே கிழித்துக் கொள்வேன்' என்றார்.

**மற்று அவன் இங்கு வந்து**
**தீர்ப்பதன் முன் நான் மாயப்**
**பற்றிநின்று என்னை நீங்காப்**
**பாதகச் சூலை தன்னை**
**உற்ற இவ்வயிற்றினோடும்**
**கிழிப்பன் என்று உடைவாள் தன்னால்**
**செற்றிட உயிரினோடும்**
**சூலையும் தீர்ந்தது அன்றே** (3549)

சுந்தரனால்தான் இந்தச் சூலை நோயைப் போக்கமுடியும் என்றால் என் உயிரை மாய்த்து அந்தச் சூலை நோயை நானே போக்கிக் கொள்கிறேன் என முடிவு செய்த கலிக்காமர் தனது உடைவாளினால் வயிற்றில் குத்தினார். சூலை நோய் நீங்கியது; உயிரும் பிரிந்தது.

கலிக்காமர், படைத்தலைமைப் பொறுப்பு வகித்தவர். அஞ்சாமை, துணிவு முதலானப் பண்புகளை இயல்பாகக் கொண்டவர். எனவே, தனது இறைவனை இழிச்செயலுக்கு ஆளாக்கிய சுந்தரனால் தன் நோய் நீங்குவதைவிடவும் தானே இறந்துவிடலாம் என்று அவர் எடுத்தத் துணிச்சலான முடிவும் வயிற்றைக் கிழித்துக்கொண்டதும் வீரத்தின் அடையாளம். கலிக்காமரின் மாமனார் மானக்கஞ்சாற நாயனார். அவரது மகளைத்தான் கலிக்காமர் மணம் புரிந்துள்ளார். கலிக்காமர் உயிரை மாய்த்துக்கொண்டதைக் கண்டதும் அவரது மனைவியார் அழுதார். உறவினர்களும் அழுதனர். அழுகையின் முடிவில் கலிக்காமரின் மனைவியார் ஒரு முடிவுக்கு வந்தார். 'எனது கணவர் தனது உயிரை மாய்த்துக்கொண்டார். எனவே, நானும் எனது உயிரை மாய்த்துக் கொள்வேன்' என்று தீர்மானித்தார்.

✧

# வந்தார் சுந்தரர்

கலிக்காமர் உயிரை மாய்த்துக்கொண்டதால் எல்லோரும் அழுதுகொண்டிருந்த வேளையில் சுந்தரர் வந்துவிட்டார் என்னும் செய்தி வந்தது.

கலிக்காமரின் மனைவி, தனது அழுகையை நிறுத்திக்கொண்டார். உயிரை மாய்த்துக்கொள்வது என்னும் எண்ணத்தையும் தற்காலிகமாக நிறுத்தி வைத்தார். அனைவரது அழுகையையும் நிறுத்தினார்.

சுந்தரரை வரவேற்பதற்கான ஏற்பாடுகளைச் செய்யச் சொன்னார் கலிக்காமரின் மனைவி. உயிரைப் பிரிந்த கலிக்காமரை உயிரோடு இருப்பவர்போல் உட்காரவைத்தார். வயிற்றுக் காயத்தைத் துணியால் மறைத்தார்.

**கணவர் தம் செய்கை தன்னைக்**
**கரந்து காவலரை நம்பி**
**அணைவுறும் பொழுது சால**
**அலங்கரித்து எதிர் போம் என்னப்**
**புணர்நிலை வாயில் தீபம்**
**பூரண கும்பம் வைத்துத்**
**துணர் மலர் மாலை தூக்கித்**
**தொழுது எதிர் கொள்ளச் சென்றார் [3551]**

மாளிகையை அலங்காரம் செய்தனர். வாயிலில் வரவேற்புத் தீபத்தை ஏற்றினர். பூரண கும்பத்தை வைத்தனர். கட்டிய மலர் மாலைகளைத் தொங்கவிட்டனர். வந்துகொண்டிருக்கும் சுந்தரரை எதிர்கொண்டு வரவேற்பதற்காகச் சென்றனர். அவர்களது

வரவேற்பை ஏற்றுக்கொண்ட சுந்தரர் மகிழ்ச்சியுடன் மாளிகைக்குள் நுழைந்தார். அங்கே மலர்தூவிப் போடப்பட்ட இருக்கையில் அமர்ந்தார்.

'நீங்கள் வழங்கிய வரவேற்புக்கு மகிழ்ச்சி. ஆனால், நான் இந்த வரவேற்பு முதலானவற்றை ஏற்றுக்கொள்ளும் நோக்கத்தில் வரவில்லை. ஏயர்கோனுக்கு வந்துள்ள சூலை நோயைப் போக்குவதற்காகவே வந்திருக்கிறேன். இங்கே தனித்திருக்க விரும்பவில்லை. கலிக்காமரைப் பார்க்கவேண்டும்' என்றார்.

அந்த மாளிகையின் பணிப்பெண்கள் சுந்தரரைப் பார்த்து, 'அவருக்குத் துன்பம் எதுவும் இல்லை. பள்ளியறையில் தூங்கிக்கொண்டிருக்கிறார்' என்றார்கள்.

'அவர் எந்த நிலையில் இருந்தாலும் அவரைப் பார்க்கவேண்டும்' என்றார் சுந்தரர்.

> மாதர் தம் ஏவலாலே
> > மனைத் தொழில் மாக்கள் மற்று இங்கு
> ஏதம் ஒன்றில்லை உள்ளே
> > பள்ளி கொள்கின்றார் என்னத்
> தீதணைவில்லை யேனும்
> > என் மனம் தெருளாது இன்னம்
> ஆதலால் அவரைக் காண
> > வேண்டும் என்று அருளிச் செய்தார்      [3554]

'கலிக்காமரை நான் பார்க்கவேண்டும்' என்று தொடர்ந்து சுந்தரர் வலியுறுத்தினார். வேறு வழியில்லாமல் அவரைப் பள்ளியறைக்கு அழைத்துச் சென்றனர் பணிப்பெண்கள்.

## உயிரை விட நினைத்த சுந்தரர்

பள்ளியறையில் உயிரற்ற நிலையில் வயிற்றிலிருந்து இரத்தம் சொரிந்திருந்ததைக் கண்டார். குடல் வெளிப்பட்டிருப்பதையும் கண்ட அவரால் அதனைக் கண்களால் பார்க்க இயலவில்லை. 'இங்கே என்ன நடந்தது?' என்று கேட்டார். அவரது கேள்விக்குப் பதில் சொல்லத் தெரியாமல் தயங்கி நின்றனர் பணிப்பெண்கள்.

நடந்தவற்றை ஒருவாறு புரிந்துகொண்ட சுந்தரர், 'கலிக்காமர் உயிர்த் துறந்துவிட்டார். அவரது இந்த உடலுக்கு முன்பாகவே நானும் உயிரைவிடுகிறேன்' என்றார் சுந்தரர்.

> வன்தொண்டர் பின்னும் கூற
>     மற்று அவர்தம்மைக் காட்டத்
> துன்றிய குருதி சோரத்
>     தொடர் குடர் சொரிந்து உள் ஆவி
> பொன்றியே கிடந்தார் தம்மைக்
>     கண்டபின் புகுந்தவாறு
> நன்று என மொழிந்து நானும்
>     நண்ணுவேன் இவர் முன்பு என்பார்      (3555)

'தனது உயிரை மாய்த்துக்கொள்வேன்' என்று கூறிய சுந்தரர் கலிக்காமரின் உடைவாளினை எடுத்துத் தனது உயிரை மாய்த்துக்கொள்ளத் துணிந்தார்.

கலிக்காமர் உயிரை மாய்த்துக்கொள்ளும்போது வராத இறைவன் சுந்தரர் உயிரை மாய்த்துக்கொள்ளப் போவதைக் கண்டதும் அங்கே தோன்றினான். கலிக்காமரை உயிர்ப்பெறச் செய்தான். அவரது சூலை நோயும் மறைந்தது. உயிரை

உடைவாளினால் போக்க இருந்த சுந்தரரைக் கண்ட கலிக்காமர் விரைந்து சென்று உடைவாளினைத் தடுத்தார். உயிரோடு வந்த கலிக்காமரைக் கண்டதும் அவரது பாதத்தில் பணிந்து வணங்கினார் சுந்தரர்.

கலிக்காமர் உயிரை விடும்போது வராத இறைவன், சுந்தரர் உயிரைத் துறக்க இருக்கும்போது வந்தார் என்றாலும், சுந்தரரின் செயலை இறைவன் தடுக்க முயற்சிக்கவில்லை. உயிரைத் துறந்திருந்த கலிக்காமருக்குத்தான் உயிர்க் கொடுத்தான். அவரது உயர்ந்த உள்ளத்தை சுந்தரருக்குக் காட்டுவதற்காகவே அவரை உயிர்ப்பித்தான். அந்த உயர்ந்த உள்ளம் கொண்ட கலிக்காமர் விரைந்து சென்று, தன்னால் இகழப்பட்ட சுந்தரரின் உயிரைக் காப்பாற்றினார்.

**கோளுறு மனத்தராகிக்**
**குற்றுடை வாளைப் பற்ற**
**ஆளுடைத் தம்பிரானார்**
**அருளினால் அவரும் உய்ந்து**
**கேளிரே ஆகிக் கெட்டேன்**
**என விரைந்து எழுந்து கையில்**
**வாளினைப் பிடித்துக் கொள்ள**
**வன்தொண்டர் வணங்கி வீழ்ந்தார்** [3556]

சினம் மிகுதியாகக் கொண்டிருந்தாலும் அருள் உள்ளம் கொண்டு விளங்கிய கலிக்காமரின் உயர்ந்த பண்பினை உணர்ந்து கொண்டதால்தான் சுந்தரர் அவரது திருப்பாதத்தில் வீழ்ந்து வணங்கினார்.

சுந்தரர் தனது பாதத்தில் பணிந்ததைக் கண்ட கலிக்காமர் தனது கையிலிருந்த வாளினை வைத்துவிட்டு, சுந்தரரை வணங்கியபடி அவரது பாதத்தில் பணிந்தார். இருவரும் ஒருவர் பாதத்தில் மற்றொருவர் பணிந்து வணங்குவதைப் பார்த்த தேவர்கள் மலர்மாரிப் பொழிந்தனர்.

**மற்று அவர் வணங்கி வீழ**
**வாளினை மாற்றி ஏயர்**
**கொற்றவனாரும் நம்பி**
**குரைகழல் பணிந்து வீழ்ந்தார்**
**அற்றை நாள் நிகழ்ந்த இந்த**
**அதிசயம் கண்டு வானோர்**

பொற்றட மலரின் மாரி
பொழிந்தனர் புவனம் போற்ற     (3557)

இறந்த கலிக்காமர் உயிர்ப் பெற்று எழுந்தார். எழுந்த அடுத்த நொடியே சுந்தரரைக் காப்பாற்றியதைக் கண்டு அனைவரும் மகிழ்ந்தனர். அந்த அதிசயத்தை இதற்குமுன்பு இந்த உலகமும் வானுலகமும் கண்டதில்லை. எனவேதான் தேவர்கள் மலர்மாரிப் பொழிந்தனர்.

உயிரைவிட்டு உயிர்ப் பெற்றவரும், உயிரைவிடத் துணிந்து காப்பாற்றப் பெற்றவரும் எழுந்து ஒருவரை ஒருவர் அன்பின் மிகுதியால் தழுவிக்கொண்டனர். இருவரது உள்ளத்திலும் நட்புத் தோன்றியது. கலிக்காமரின் மாளிகையிலிருந்து அடியவர்களுடன் கலிக்காமரும் சுந்தரரும் திருப்புன்கூர் கோயிலுக்குச் சென்றனர்.

அந்தணாளன் உன் அடைக்கலம் புகுத
    அவனைக் காப்பது காரணம் ஆக
வந்த காலன் தன் ஆருயிர் அதனை
    வவ்வினாய்க்கு உந்தன் வண்மை கண்டு அடியேன்
எந்தை நீ எனை நமன் தமர் நலியின்
    இவன் மற்று என் அடியான் என விலக்கும்
சிந்தையால் வந்து உன் திருவடி அடைந்தேன்
    செழும் பொழில் திருப்புன்கூர் உளானே

[7ஆம் திருமுறை 560]

எனத் தொடங்கும் பதிகத்தைப் பாடி அருளினார் சுந்தரர். இருவரும் கலிக்காமரின் மாளிகைக்குத் திரும்பினர். அங்கே சிலநாள் தங்கியிருந்தார் சுந்தரர். அதன்பின்னர் இருவரும் திருவாரூருக்கு வந்தனர். திருவாரூரில் பூங்கோயில் என்னும் ஆலயத்தில் வீற்றிருந்து அருள்புரியும் புற்றிடங்கொண்ட ஈசனை வணங்கினர். இவ்வாறு இருவரும் நீங்காத நட்பில் நிலைத்தனர். சுந்தரரைத் திருவாரூரில் விட்டுவிட்டு, கலிக்காமர் மட்டும் தம்பதிக்குச் சென்றார். அங்கே நீண்டநாள் இறைப்பணியில் ஈடுபட்ட கலிக்காமர் இறைவன் திருவடியை அடைந்தார்.

✧

## சோமாசி மாற நாயனார்

அம்பர் மாகாளம் என்னும் ஊர் மாஞ்சோலையால் சூழப்பட்ட ஊர். இந்த ஊரில் தோன்றிய சோமாசி மாறனார் மிகுந்த சிவபக்தி கொண்டவர். வேள்வி செய்வதில் விருப்பம் மிக்கவர். சிவனடியார் யார் வந்தாலும் அவர்களை வரவேற்று அவர்களுக்கு அமுது படைக்கும் பணியைத் தொடர்ந்து செய்து வந்தார். இவருடைய மனைவியின் பெயர் சுசீலா தேவி என்று அம்பர் மாகாளத் தலபுராணம் தெரிவிக்கிறது.

> சூதம் பயிலும் பொழில்
>     அம்பரில் தூய வாய்மை
> வேதம் பயிலும் மறையாளர்
>     குலத்தின் மேலோர்
> ஏதம் புரியும் எயில் செற்றவர்க்கு
>     அன்பர் வந்தால்
> பாதம் பணிந்து ஆரமுது
>     ஊட்டும் நற்பண்பின் மிக்கார்      (3628)

அந்தணர் குலத்தில் தோன்றிய இவரை அந்தணர்களில் மேலானவர் (மறையாளர் குலத்தின் மேலோர்) என்று சேக்கிழார் குறிப்பிட்டிருப்பதிலிருந்தே இவரது உயர்வுப் புலப்படுகிறது. சிவனடியார் என எவர் வந்தாலும் அவரது குலத்தைப் பற்றிக் கவலைப்படாமல் அவர்களின் பாதத்தில் பணிந்து வணங்கும் இயல்புகொண்டவர்.

வேள்வித்தொழிலைச் செய்யும் பணியைத் தொடர்ந்து செய்து வந்த இவர், வேள்விப் பணியையே தனது சிவத்தொண்டில் உயர்ந்ததாகக் கருதினார்.

அந்தணர் குலத்தில் பிறந்திருந்தாலும் எந்தக் குலத்தவராக இருந்தாலும் சிவனுக்கு அன்பர் என்றால் ஏற்றுக்கொள்ளும் மனப்பக்குவம் கொண்டவராக விளங்கினார். அத்தகைய சிவனடியாரைத் தன்னைவிடவும் உயர்வானவராகப் போற்றினார்.

> எத்தன்மையர் ஆயினும்
>     ஈசனுக்கு அன்பர் என்றால்
> அத்தன்மையர் தாம் நமை
>     ஆள்பவர் என்று கொள்வார்
> சித்தம் தெளியச் சிவன்
>     அஞ்செழுத்து ஓது வாய்மை
> நித்தம் நியமம் எனப் போற்றும்
>     நெறியில் நின்றார்    [3630]

நாள்தோறும் 'நமசிவாய' ஐந்தெழுத்தை ஓதுவதே அனைவருக்கும் சிறந்த வழி என உணர்த்தும் பணியையும் செய்து வந்தார்.

சுந்தரர் திருவாரூரில் வாழ்ந்து வந்த வேளையில் அவருக்குத் தொடர்ந்து இருமல் இருந்தது. எந்த மருந்தாலும் குணப்படாத அந்த நோயினைச் சோமாசி மாறர் கொடுத்தனுப்பிய தூதுவளைக் கசாயம் போக்கியது. அவ்வாறு அனுப்பும்போது, அவர் தன்னைப் பற்றித் தெரிவிக்கவில்லை. அதன்பிறகு, 'தனது இருமலைப் போக்கிய மருந்தினைத் தந்தவர் யார்?' என்று அடியவர்களிடம் சுந்தரர் கேட்டார். தனது இருமல் நோயைப் போக்கியவர் சோமாசி மாறர் என்பதை அறிந்து அவரைத் தேடிச்சென்று நண்பராக்கிக் கொண்டார் சுந்தரர்.

சுந்தரர் கொண்ட நட்பினை அப்படியே விட்டுவிடாமல் சோமாசி மாறர், திருவாரூருக்குச் சென்று அந்நட்பினைத் தொடர்ந்தார்.

> சீரும் திருவும் பொலியும்
>     திருவாரூர் எய்தி
> ஆரம் திகழ் மார்பின் அணுக்கவன்
>     தொண்டர்க்கு அன்பால்
> சாரும் பெருநண்பு
>     சிறப்ப அடைந்து தங்கிப்
> பாரும் விசும்பும் பணியும்
>     பதம் பற்றி யுள்ளார்    [2631]

இவ்வாறு நட்புக்கொண்டு வாழ்ந்த வேளையில், சோமாசி மாறருக்குச் சோம யாகம் செய்யும் விருப்பம் இருந்தது. அந்த விருப்பத்தை அந்தணர்களிடம் தெரிவித்தார். அனைவரும் யாகம் நடத்துவதற்கு ஒப்புக்கொண்டனர். யாகத்தின் அவிர் பாகத்தைத் திருவாரூரில் உள்ள தியாகேசப் பெருமான் வந்து பெற்றுக்கொள்ள வேண்டும் என்று சோமாசி மாறர் விரும்பினார்.

சுந்தரரிடம் தனது விருப்பத்தைத் தெரிவித்தார் சோமாசி மாறர். 'எப்படியாவது தியாகேசப் பெருமானை யாகத்திற்கு அழைத்துவந்து அவிர் பாகத்தைப் பெறச் செய்யவேண்டும். அதற்குத் தாங்கள்தான் உதவிட வேண்டும்' என்று கேட்டுக்கொண்டார். நட்பின் அடிப்படையில் இதற்கு சுந்தரரும் உடன்பட்டார்.

பல ஊர்களிலிருந்து வேதம் ஓதுவதில் சிறப்புப் பெற்றவர்கள் அந்த வேள்விக்கு வந்திருந்தனர். அவிர் பாகத்தைப் பெற்றுக் கொள்வதற்குத் தியாகேசப் பெருமான் வருவார் என்று எல்லோரும் எதிர்பார்த்துக் கொண்டிருந்தனர்.

அம்பர் பெருங்கோயிலுக்கும் அம்பர் மாகாளத்துக்கும் இடையில் வேள்வி நடைபெற்றுக் கொண்டிருந்தது. அந்த வேள்வி நடைபெற்றுக் கொண்டிருந்த இடத்திற்குப் புலையன் ஒருவனும் அவனது மனைவியும் வந்தனர். புலையனின் கையில் நாய் இருந்தது. தோளில் இறந்த கன்று தொங்கியது. அவனது மனைவியின் தலையில் கள் குடம் இருந்தது. அதிலிருந்து கள்ளானது பொங்கி வழிந்துகொண்டிருந்தது.

இறைவன் வருவான் என்று எல்லோரும் எதிர்பார்த்துக் கொண்டிருந்த வேளையில் புலையன் வந்ததைக் கண்டதும் அந்தணர்கள் அனைவரும் வேள்வியில் ஏதோ பிழை நேர்ந்துவிட்டது என்று ஓடிவிட்டனர். ஆனால், அங்கிருந்து செல்லாமல் அமர்ந்திருந்தார் சோமாசி மாறர்.

வந்திருப்பவர் புலையர் என்பதைப் பற்றிக் கவலைப்படாமல் அவரையே இறைவனாகக் கருதி அவிர்ப் பாகத்தை வழங்கினார் சோமாசி மாறர். அதுவரை புலையனாகக் காட்சியளித்த சிவபெருமான் தனது தியாகராஜப் பெருமான் என்னும் இராஜ திருக்கோலத்தில் காட்சியளித்தான் என்று அம்பர் புராணம் தெரிவிக்கிறது.

அந்தணர் குலத்தில் பிறந்து வேள்வி செய்யும் உயர்நிலையில் இருந்தாலும் சாதி வேற்றுமைக்கு அப்பாற்பட்டவராகச் சோமாசி

மாறர் வாழ்ந்திருக்கிறார் என்பதனை இதன்மூலம் நாம் அறிந்துகொள்ள முடிகிறது.

அம்பர் நகரைவிட்டுத் திருவாரூரில் சுந்தரருக்கு நண்பராய், தொண்டராய் வாழ்ந்து சிவனை அடைந்தார் சோமாசி மாறர்.

✧

# சேரமான் பெருமாள்

தமிழகத்தின் ஒரு பிரிவாக விளங்கிய சேரநாட்டினைத் திருவஞ்சைக் களத்திற்கு அருகிலுள்ள கொடுங்கோளூரைத் தலைநகராகக் கொண்டு சேர மன்னர்கள் ஆண்டு வந்தனர். அந்தச் சேர மன்னர்களில் ஒருவன் சேரமான் பெருமாள். சேரமான் என்பது குடிப்பெயர். பெருமாள் என்பது முடிசூட்டிய பிறகு பெறும் பட்டப்பெயர். இவர் குலசேகரனுக்கு அடுத்தபடியாகச் சேரநாட்டினை ஆட்சிபுரிந்துள்ளார். இவரது இயற்பெயர் இராஜசேகரன் என வரலாறு தெரிவிக்கிறது.

பொ.ஆ.பி.820 முதல் 844 வரை ஏறத்தாழ இருபத்தைந்து ஆண்டுகள் சேரநாட்டினை ஆட்சிபுரிந்துள்ளார். இவர் தலைநகராகக் கொண்டிருந்த கொடுங்கோளூரை மகோதையபுரம் எனவும் கூறுவர். தற்போது இது கேரளத்தில் உள்ள திருச்சூரிலிருந்து நாற்பது கிலோமீட்டர் தொலைவில் உள்ளது.

சேரநாட்டை ஆண்டுவந்த இவர், நாட்டு மக்கள் அமைதியாக வாழும் வகையில் நல்லாட்சி புரிந்து வந்தார். அத்துடன் இறையடியார்களுக்கும் இறைவனுக்கும் தொடர்ந்து தொண்டு செய்து வந்தார்.

நாள்தோறும் இறைவனுக்குச் செய்யும் பூசையைச் செய்து வந்தார். ஒவ்வொருநாளும் பூசை நிறைவடையும்போது இறைவனின் திருச்சிலம்பின் ஒலிக் கேட்டது.

ஒருநாள்...

பூசைக்கு வேண்டிய எல்லா ஏற்பாடுகளையும் கழறிற்று அறிவார் செய்து முடித்துவிட்டுப் பூசையைத் தொடங்கினார். பூசை

நிறைவடையும் நேரம் வந்தது. இறைவனின் திருப்பாதத்தின் சிலம்பொலிக் கேட்கவில்லை.

வானக் கங்கை நதி பொதிந்த
மல்கு சடையார் வழிபாட்டுத்
தூநல் சிறப்பின் அர்ச்சனையாம்
தொண்டு புரிவார் தமக்கு ஒருநாள்
தேன்நக்கு அலர்ந்த கொன்றையினார்
ஆடல் சிலம்பின் ஒலி முன்போல்
மானப் பூசை முடிவின்கண்
கேளாது ஒழிய மதிமயங்கி (3785)

சிலம்பொலி கேட்காததால் கழறிற்று அறிவாரின் உள்ளம் வாடியது. தாங்கமுடியாத சோர்வுடன் பூசையை நிறைவு செய்தார். இறைவனைப் பார்த்து, 'இறைவா! என்ன தவறு செய்தேன்? ஏன் சிலம்பொலிக் கேட்கவில்லை. எனது பூசையைத் தாங்கள் ஏற்றுக்கொள்ளவில்லை என்றால் எனக்கு வேறு மகிழ்ச்சி எதுவும் கிடையாது. என்னை மாய்த்துக்கொள்வது தவிர வேறு வழி எதுவும் எனக்கு இல்லை' என்று கதறினார்.

வேறு வழி எதுவும் தெரியாமல் தனது உடைவாளை எடுத்து தனது மார்பினில் பாய்ச்ச முயன்றார்.

உடனே இறைவனின் சிலம்பொலிக் கேட்டது. இப்போது கேட்ட ஒலியானது எப்போதும் கேட்கும் ஒலியைவிடவும் மிகுதியாகக் கேட்டது.

பூசை கடிது முடித்து அடியேன்
என்னோ பிழைத்தது எனப் பொருமி
ஆசை உடம்பால் மற்று இனி வேறு
அடையும் இன்பம் யாதென்று
தேசின் விளங்கும் உடைவாளை
உருவித் திருமார்பினில் நாட்ட
ஈசர் விரைந்து திருச்சிலம்பின்
ஓசை மிகவும் இசைப்பித்தார் (3786)

எப்போதும் ஒலிக்கும் சிலம்பொலி இயல்பான ஒலி. கழறிற்று அறிவார் தனது உயிரை மாய்த்துவிடக் கூடாது என்னும் எண்ணத்தினால் ஏற்பட்ட விரைவின் காணமாக இப்போது எழுந்த சிலம்பின் ஒலி மிகவும் ஓசை நிறைந்ததாக இருந்தது.

இறைவனின் சிலம்பொலியைக் கேட்டவுடன் தனது உடைவாளை உறையில் போட்டார் கழறிற்று அறிவார். தனது கையைத் தலைமேல் குவித்து இறைவனை வணங்கினார். அப்படியே தரையில் விழுந்து இறைவனை வணங்கினார்.

திருமாலாலும் பிரமனாலும் வேதங்களாலும் அறியமுடியாத சிவபெருமானை நோக்கித் தனது வினாவை எழுப்பினார் கழறிற்று அறிவார். 'நாள்தோறும் இசைக்கும் சிலம்பொலி இன்று காலம் தாழ்ந்து ஒலித்ததன் காரணம் என்ன?' என வினவினார்.

**ஆடல் சிலம்பின் ஒலி கேளா**
**உடைவாள் அகற்றி அங்கை மலர்**
**கூடத் தலைமேல் குவித்து அருளிக்**
**கொண்டு விழுந்து தொழுது எழுந்து**
**நீடப் பரவி மொழிகின்றார்**
**நெடுமால் பிரமன் அருமறை முன்**
**தேடற்கு அரியாய் திருவருள் முன்**
**செய்யாது ஒழிந்தது என் என்றார்** [3787]

இறைவனையே கேள்வி கேட்கும் அளவிற்குக் கழறிற்று அறிவார் ஆணவம் கொண்டவர் இல்லை. என்றாலும் அவர் காரணத்தைக் கேட்டதன் நோக்கம் என்னவென்றால், தான் அறியாது ஏதேனும் பிழை செய்திருந்தால் அதனை அறிந்துகொண்டு அந்தப் பிழையைப் போக்கிக்கொள்வதற்காகவே காரணத்தைக் கேட்டார்.

அடியவர் கேட்ட கேள்விக்கு விடை கூறவேண்டியது தனது கடமை என உணர்ந்த இறைவன், தனது வாய்மொழியாக ஒரு வான் ஒலி எழச் செய்தான்.

'தில்லையில் எனது திருநடனத்தைக் கண்டு வணங்கிய வன்தொண்டனாகிய சுந்தரன் என்னைப் பதிகத்தால் போற்றிப் பாடினான். அந்தத் தமிழ்ப் பதிகத்தைக் கேட்டுக்கொண்டிருந்ததால் காலம் கடந்ததை அறியமுடியவில்லை. எனவேதான் சிலம்பொலி ஒலிப்பதற்கு, இங்கே வருவதற்குக் காலம் தாழ்த்திவிட்டது' என்று தாமதத்திற்கானக் காரணத்தைத் தெரிவித்தான் காலத்திற்கு அப்பாற்பட்ட இறைவன்.

**என்ற பொழுதில் இறைவர்தாம்**
**எதிர் நின்று அருளாது எழும் ஒலியால்**
**மன்றின் இடை நம் கூத்தாடல்**
**வந்து வணங்கி வன்தொண்டன்**

> ஒன்றும் உணர்வால் நமைப் போற்றி
> உரைசேர் பதிகம் பாடுதலால்
> நின்று கேட்டு வரத் தாழ்த்தோம்
> என்றார் அவரை நினைப்பிப்பார்    [3788]

இவ்வாறு இறைவன் கூறிய விடையில் சுந்தரரைக் கழறிற்று அறிவாருக்கு நினைவுபடுத்தும் செயலும் அடங்கியிருக்கிறது என்பதைச் சேக்கிழார் 'அவரை நினைப்பிப்பார்' என்று பாடி நமக்கு உணர்த்தியுள்ளார்.

இறைவன் ஒரே நேரத்தில் எல்லா இடங்களிலும் அருள்புரியும் இயல்புகொண்டவன். ஒரே நேரத்தில் திருவஞ்சைக் களத்திலும் தில்லையிலும் அருள்புரிந்திருக்கலாம். அவ்வாறு அருள்புரிய இயலாமல் போனதற்குக் காரணம் சுந்தரர் பாடிய தமிழ்ப் பாடலில் இறைவன் தன்னை மறந்ததுதான். இங்கே தமிழ், இறைவனை மயக்கியத் தன்மையைக் காணமுடிகிறது.

புகழ்வாய்ந்த தில்லைக் கூத்தனை வணங்கவேண்டும் என்னும் எண்ணம் கழறிற்று அறிவாருக்கு ஏற்பட்டது. அங்கே அவர் செல்ல விரும்பியதற்கு இன்னொரு காரணம் வன்தொண்டர் என்னும் சுந்தரரைக் காணவேண்டும் என்பது. ஏனென்றால், இதுவரை இறைவனின் சிலம்பொலியையும் குரலொலியையும் மட்டுமே கழறிற்று அறிவார் கேட்டுள்ளார். இறைவனைக் காணவில்லை. அந்த இறைவனுக்கு நண்பனாகும் தகுதியைப் பெற்ற சுந்தரரைக் காணவேண்டும் என்னும் எண்ணத்தாலும் கழறிற்று அறிவார் தில்லைக்குப் புறப்பட்டுச் சென்று சேர்ந்தார்.

தில்லையில் இறைவனைப் போற்றி வழிபட்டு வரும் நாளில் திருவஞ்சைக் களத்தில் இறைவனின் சிலம்பொலிக் கேட்காத நாளில், தாமதத்திற்கானக் காரணத்தை இறைவன் கூறியது நினைவுக்கு வந்தது. உடனே அவருக்குச் சுந்தரரின் நினைவும் சேர்ந்து வந்தது. உடனே தனது பரிவாரத்துடன் திருவாரூருக்குச் செல்வதற்கான ஏற்பாடுகளைச் செய்தார்.

தில்லை அம்பலத்து இறைவனிடம் விடைபெற்றுக்கொண்டு அவர் திருவாரூருக்குப் புறப்பட்டார். அவ்வாறு போகும் வழியில் சீர்காழியில் கோயில்கொண்டுள்ள இறைவனை வணங்கினார். அங்கிருந்து புறப்பட்டு திருவாரூருக்கு இடையில் உள்ள திருக்கோயில்களை எல்லாம் வழிபட்டபடி சென்றார் கழறிற்று அறிவார்.

வழியில் குழியில் செழுவயலில்
மதகில் மலர் வாவிகளில் மடுச்
சுழியில் தரளம் திரை சொரியும்
துறைநீர்ப் பொன்னி கடந்து ஏறி
விழியில் திகழும் திரு நுதலார்
விரும்பும் இடங்கள் இறைஞ்சி யுகக்
கழிவில் பெருவெள்ளமும் கொள்ளாக்
கழனி ஆரூர் கண்ணுற்றார் (3806)

சீர்காழியிலிருந்து திருவாரூருக்குச் செல்லும் வழியானது பள்ளமான வயல்களையும் மேடான தோப்புகளையும் கொண்டதாக அமைந்திருந்தது. எல்லா இடங்களிலும் நீர்நிலைகள். அந்த நீர்நிலைகளில் பூக்கள் பூத்துக்குலுங்கின. காவிரியாற்றங்கரைகளில் முத்துகள் ஒதுங்கியிருந்தன. அத்தகைய காவிரியாற்றைக் கடந்து, வழியில் உள்ள தலங்களுக்கெல்லாம் சென்று இறைவனை வணங்கினார். அதன்பின், தொடர்ந்து பயணம் செய்து, ஊழிக்கால வெள்ளத்தை எதிர்த்து நின்ற திருவாரூரைக் கண்களால் கண்டதும் மகிழ்ச்சி அடைந்தார்.

கழறிற்று அறிவார் திருவாரூரை அடைந்த வேளையில் சுந்தரரும் நாகைக் காரோணத்திற்குச் சென்று இறைவன்மேல் பதிகம் பாடி இறைவன் அருளால் பொன் அணிகளையும் நவமணிகளால் ஆன அணிகளையும் பட்டாடைகளையும், மணம் மிகுந்த சாந்து வகைகளையும், குதிரைகள், பொன்னாளான வாள் முதலானவற்றைப் பெற்றார். பின்னர், பல ஊர்களுக்குச் சென்று இறைவனைப் பாடிவிட்டுத் திருவாரூருக்கு வந்திருந்தார்.

சேரமான் பெருமாளாகிய கழறிற்று அறிவார் திருவாரூருக்கு வருவதை அறிந்த சுந்தரர் அவரை எதிர்கொண்டு வரவேற்றார். மன்னர்க்கு மன்னரான அவரை வணங்கினார் சுந்தரர். அந்தணர்க்கு அந்தணரான அவரைக் கழறிற்று அறிவாரும் அக்கணமே வணங்கினார்.

வந்து சேரர் பெருமானார்
மன்னும் திருவாரூர் எய்த
அந்தணாளர் பெருமானும்
அரசர் பெருமான் வரப்பெற்றுச்
சிந்தை மகிழ எதிர்கொண்டு
சென்று கிடைத்தார் சேரலனார்

சந்த விரைத்தார் வன்தொண்டர்
முன்பு விருப்பினுடன் தாழ்ந்தார் [3808]

சுந்தரர் வணங்குவதற்கு முன்பே மிக்க பணிவுடன் கழறிற்று அறிவார் வணங்கினார். அவரை வணங்கிய சுந்தரர் தன்னுடன் அணைத்துக்கொண்டார். இருவரும் ஒருவரையொருவர் தழுவிக்கொண்டனர். இருவரும் மகிழ்ச்சியில் திளைத்தனர். அந்தத் திளைப்பிலிருந்து விடுபட இயலாமல் இருவரும் உடலும் உயிரும் ஒன்றாக இணைந்தனர்.

அடியார் இருவரும் அன்பின் மிகுதியால் ஒன்றாகி நிற்பதைப் பார்த்தத் தொண்டர்கள் அனைவரும் மகிழ்ந்தனர். இருவரும் கொண்ட நட்பின் பெருமையைப் பார்த்தோர் சுந்தரரைச் சேரமான் தோழர் எனப் போற்றினர்.

ஒருவர் ஒருவரில் கலந்த
உணர்வால் இன்ப மொழி உரைத்து
மருவ இனியார்பால் செய்வது
என்னாம் என்னும் மகிழ்ச்சியினால்
பருவ மழைச் செங்கை பற்றிக்
கொண்டு பரமர் தாள்பணியத்
தெருவு நீங்கிக் கோயிலினுள்
புகுந்தார் சேரமான் தோழர் [3811]

கழறிற்று அறிவாரும் சுந்தரரும் ஒருவருக்கு ஒருவர் தங்கள் மகிழ்ச்சியை உரையாடல் வாயிலாகத் தெரிவித்துக்கொண்டனர். இந்த அன்புப் பிணைப்பை நமக்குள் ஏற்படுத்திய இறைவனுக்கு, நாம் செய்யும் கைம்மாறு என்ன எனத் தெரியாமல் இருவரும் திகைத்தனர். கழறிற்று அறிவாரின் கையைப் பற்றிக்கொண்டு சுந்தரர் அவரைத் திருக்கோயிலுக்கு அழைத்துச் சென்றார்.

✧

# திருவாரூர் மும்மணிக் கோவை

சுந்தரரும் கழறிற்று அறிவாரும் நேராகத் தேவாசிரிய மண்டபத்தை அடைந்தனர். அங்கிருந்த அடியார்களைப் போற்றி வணங்கினர். அதன்பின் திருக்கோயிலை வலம் வந்தனர். புற்றிடங்கொண்ட ஈசனின் கருவறைக்கு வந்தனர். சுந்தரர் முன்னால் நிற்க அவரைத் தொடர்ந்து சேரமான் பெருமாள் நின்றார். இறைவனைக் கண்டதும் சேரமானின் கண்களிலிருந்து கண்ணீர் ஆனந்தத்தால் அருவிபோல் பாய்ந்தது. அப்படியே நெடுஞ்சாண்கிடையாக விழுந்து வணங்கினார்.

சென்று தேவாசிரியனை முன்
இறைஞ்சித் திருமாளிகை வலம்கொண்டு
ஒன்றும் உள்ளத்தொடும் புகுவார்
உடைய நம்பி முன்னாக
நின்று தொழுது கண்அருவி
வீழ நிலத்தின்மிசை வீழ்ந்தே
என்றும் இனிய தம்பெருமான்
பாதம் இறைஞ்சி ஏத்தினார் [3812]

இருவரும் தியாகராசப் பெருமான் சந்நிதிக்குச் சென்றனர். தேவர்களும் முனிவர்களும் வந்து வணங்கும் அந்தத் தியாகராசப் பெருமானை வணங்கினார். சிவன், திருமால், பிரம்மா என்னும் வரிசையில் முதலாவதாகப் போற்றி வணங்கும் தியாகராசப் பெருமானைப் பாட்டில் வைத்து, திருவாரூர் மும்மணிக்கோவை என்னும் நூலைப் பாடினார் கழறிற்று அறிவார். சுந்தரர் அந்தப் பாடலைக் கேட்டு அதன் சிறப்பினை ஏற்றுக்கொண்டார். இறைவனும் அந்த நூலை மிகவும் விரும்பி ஏற்றுக்கொண்டான்.

தேவர் முனிவர் வந்து இறைஞ்சும்
தெய்வப் பெருமாள் கழல் வணங்கி
மூவர் தமக்கு முதலாகும்
அவரைத் திருமும்மணிக் கோவை
நாவலூரர் தம்முன்பு
நன்மை விளங்கக் கேட்பித்தார்
தாவில் பெருமைச் சேரலனார்
தம்பிரானார் தாம் கொண்டார் (3813)

ஆசிரியப்பா, வெண்பா, கலித்துறை ஆகிய மூவகைப் பா மணிகளால் பாடப்பட்டதால் மும்மணிக் கோவை என இந்நூல் அழைக்கப்படுகிறது. திருவாரூரில் உள்ள இறைவன் மேல் பாடப்பட்டதால் இது திருவாரூர் மும்மணிக் கோவை எனப் போற்றப்படுகிறது. இந்த நூல் பன்னிரு திருமுறைகளில் பதினோராம் திருமுறையில் தொகுக்கப்பெற்றுள்ளது.

சுந்தரரும் கழறிற்று அறிவாரும் பரவையார் மாளிகைக்குச் சென்றனர். இந்தப் பரவையார் மாளிகை தற்போது பரவையார் திருக்கோவிலாக அமைந்துள்ளது. திருவாரூர் திருக்கோயிலின் தெற்கு வாசலுக்கு அருகில் இது உள்ளது.

கழறிற்று அறிவாரை வரவேற்பதற்காகத் திருவிளக்குகளை வாயிலில் ஏற்றி வைத்தார். அகில் புகையை எங்கும் பரவவிட்டார். நிறைகுடங்களில் நீரினை நிறைத்து வரிசையாக வைத்தார். பூமாலைகளைத் தோரணமாய்த் தொங்கவிட்டார். இரண்டு பக்கங்களிலும் பெண்கள் நின்று சுந்தரரையும் சேரமான் பெருமாள் கழறிற்று அறிவாரையும் வரவேற்றனர்.

அங்கண் அருள் பெற்று எழுவாரைக்
கொண்டு புறம் போந்து ஆரூரர்
நங்கை பரவையார் திரு
மாளிகையில் நண்ண, நன்னுதலார்
பொங்கு விளக்கும் நிறைகுடமும்
பூமாலைகளும் புகை அகிலும்
எங்கும் மடவார் எடுத்து ஏத்த
அணைந்து தாமும் எதிர்கொண்டார் (3814)

சுந்தரரையும் சேரமானையும் பரவையாரே நேரில் வந்து வரவேற்றார். வீட்டினுள்ளே பொன் கட்டிலில் சேரமானை அமரச் செய்தார் சுந்தரர். பின்னர், தானும் அவருடன் அமர்ந்தார்.

இருவருக்கும், விதிமுறைகளுக்கு உட்பட்டும் ஒழுக்க நெறிக்கு உட்பட்டும் பரவையார் பூசை செய்தார்.

**சோதி மணி மாளிகையின்கண்**
**சுடரும் பசும்பொன் கால் அமளி**
**மீது பெருமாள் தமை இருத்தி**
**நம்பி மேவி உடன் இருப்பக்**
**கோதில் குணத்துப் பரவையார்**
**கொழுநனார்க்கும் தோழர்க்கும்**
**நீதி வழுவா ஒழுக்கத்து**
**நிறை பூசனைகள் முறை அளித்தார்** (3815)

சேரமான், வேந்தனாக வந்திருந்தாலும் அவரை அடியாராகவும் தமிழ்ப் பாவலராகவும் பாவித்தே பரவையார் பூசைகள் செய்தார்.

பரவையாரைப் பார்த்து அனைவருக்கும் விருந்து ஏற்பாடுகளைச் செய்யுமாறு கேட்டுக்கொண்டார் சுந்தரர். கழறிற்று அறிவாருக்கும் அவரோடு வந்தோருக்கும் வேண்டிய கறி வகைகளை உடனே சமைத்து வழங்குவதற்கு ஆவன செய்தார் பரவையார்.

பரவையார் இல்லத்தில் ஏற்பாடு செய்யப்பெற்ற விருந்து அரசருக்கான விருந்து அல்ல. அரசருக்கான விருந்து என்றால் அதில் ஊன்கலந்த உணவு வகைகளும் இருக்கும். அடியார்க்கான உணவு என்பதால் மரக்கறி உணவு வகைகள் சமைக்கப்பெற்றன.

சமையல் நிறைவடைந்த செய்தியைப் பரவை என்னும் கடலில் பிறந்த திருமகளைப் போன்ற செல்வம் பெற்ற பரவையார் வந்து தெரிவித்தார்.

பரவையாரைப் பார்த்து, 'சேரமான் நமது மாளிகைக்கு வந்து விருந்து உண்பதற்கு நாம் முற்பிறவியில் புண்ணியம் செய்திருக்கவேண்டும். இல்லை என்றால் இவ்வாறு நடக்காது' என்று கூறினார் சுந்தரர்.

அதனைக்கேட்ட பரவையார் தனது கைகளால் சுந்தரருக்கும் கழறிற்று அறிவாருக்கும் விருந்து பரிமாறத் தயாரானார். கழறிற்று அறிவாரைத் தனக்கு அருகிலிருந்து உணவு உண்ணுமாறு அழைத்தார் சுந்தரர். அதற்கு மிகவும் அஞ்சினார் கழறிற்று அறிவார்.

ஆண்ட நம்பி பெருமாளை
உடனே அமுது செய்து அருள
வேண்டும் என்ன ஆங்கு அவரும்
விரைந்து வணங்கி வெருவுறலும்

நீண்ட தடக்கை பிடித்து அருளி
மீண்டும் நேரை குறை கொள்ள
ஈண்ட அமுது செய்வதனுக்கு
இசைந்தார் பொறையர்க்கு இறையவனார் [3819]

சுந்தரருக்கு இணையாக அருகில் இருந்து உணவு உண்பதற்குக் கழறிற்று அறிவார் உடன்படவில்லை. சுந்தரர் வற்புறுத்தியதால் அவருக்கு அருகில் இருந்து உணவு உண்பதற்கு உடன்பட்டார். சுந்தரருக்கும் கழறிற்று அறிவாருக்கும் பரவையார் மிகவும் அன்புடன் உணவு படைத்தார். சேரமானின் வீரர்கள் உள்ளிட்டோருக்கு அறுசுவை உணவு படைப்பதற்கு எல்லா ஏற்பாடுகளையும் அவர் செய்திருந்தார். அவர்களும் உணவு உண்டனர்.

அறுசுவை உணவினை உண்ட கழறிற்று அறிவாருக்குக் குளிர்ந்த நீர் கலந்த சந்தனத்தில் பச்சைக் கற்பூரத்தைக் கலந்து கொண்டுவந்து கொடுத்தனர் பெண்கள். மான்மதச் சாந்து என்னும் கஸ்தூரிக் கலவையை அவருக்குக் கொடுத்துப் பூசச் செய்தனர். நறுமணம் மிக்க மாலைகளை அவருக்கு அணிவித்தனர் அழகிய பெண்கள். ஐந்து வாசனைப் பொருள் கலந்த வெற்றிலைப் பாக்கினை அவருக்குத் தனது திருக்கரத்தால் வழங்கினார் பரவையார்.

பனிநீர் விரவு சந்தனத்தின்
பசுங்கற்பூர விரைக் கலவை
வனிதையவர்கள் சமைத்து எடுப்பக்
கொடுத்து மகிழ் மான்மதச் சாந்தும்
புனித நறும்பூ மாலைகளும்
போற்றிக் கொடுத்துப் பொற்கொடியார்
இனிய பஞ்ச வாசமுடன்
அடைக்காய் அமுதும் ஏந்தினார் [3821]

இவ்வளவு பூசை முறைகளையும் ஏற்றுக்கொண்ட கழறிற்று அறிவார் நிறைவாகத் திருநீற்றையும் வாங்கித் தனது தலைக்குமேல் வைத்து இறைவனை வணங்கியபடி தனது நெற்றியில் பூசிக்கொண்டார். சிறந்த வகையில் விருந்தினையும் பூசை முறைகளையும் செய்வதற்கு ஏற்பாடு செய்த சுந்தரரின் அன்பின் பெருமையை உணர்ந்த சேரமான், சுந்தரரின் மேன்மையை எண்ணியபடி அவரது பாதத்தில் பணிந்து வணங்கினார்.

ஆய சிறப்பின் பூசனைகள்
    அளித்த எல்லாம் அமர்ந்து அருளித்
தூய நீறு தங்கள் திரு
    முடியில் வாங்கித் தொழுது அணிந்து
மேய விருப்பின் உடனிருப்பக்
    கழறிற்று அறிவார் மெய்த்தொண்டின்
சேய நீர்மை அடைந்தாராய்
    நம்பி செம்பொன் கழல் பணிந்தார்     (3822)

பாதத்தில் பணிந்த சேரமானை ஆரத்தழுவித் தூக்கி வணங்கினார் சுந்தரர். இவ்வளவு அன்புநிறைந்த மன்னர் பெருமானைத் தனக்கு நண்பனாக அருளிய சிவபெருமானின் அருளினைப் போற்றினார் முழுமதிபோன்ற முகத்தைக்கொண்ட பரவையின் கணவரான சுந்தரர்.

கழறிற்று அறிவாரிடம் நட்பு மொழிப் பேசி அவருடன் அமர்ந்தார் சுந்தரர். இருவரும் நாள்தோறும் புற்றிடங்கொண்ட பெருமானையும் வீதிவிடங்கப் பெருமானையும் வழிபட்டு வந்தனர். இவ்வாறு நீண்டநாள் வழிபட்டு இறைவனின் வீதி உலாவையும் கண்டுகளித்தனர்.

✧

# மதுரைக்குப் பயணம்

திருவாரூரில் இருவரும் நட்புக்கொண்டு இருக்கையில் ஒருநாள், தனது உள்ளக் கருத்தைத் தெரிவித்தார் சுந்தரர். சிவபெருமான் கோயில் கொண்டுள்ள இடங்களுக்குப் போய்விட்டு கன்னித் தமிழ்நாடு எனப் போற்றப்படும் பாண்டியநாட்டின் தலைநகராகிய மதுரைக்குச் சென்று இறைவனை வழிபடவேண்டும் என்னும் தனது விருப்பத்தைத் தெரிவித்தார்.

சுந்தரர் கூறியதைக் கேட்டதும், திருவாலவாய் இறைவன் வழங்கிய திருமுகப் பாசுரம் நினைவுக்கு வந்தது. எனவே, அவரும் ஆலவாய் இறைவனை வணங்க நினைத்தார். அதுமட்டும் அல்லாமல் அவரால் சுந்தரரைவிட்டுப் பிரிய இயலவில்லை. அவருடனே இருக்கவேண்டும் என்னும் எண்ணம் மேலோங்கியதால் அவருடன் தானும் வருவதாகத் தெரிவித்தார்.

இவ்வாறு ஒழுகும் நாளின்கண்
　　இலங்கு மணிப்பூண் வன்தொண்டர்
மைவாழ் களத்து மறையவனார்
　　மருவும் இடங்கள் பல வணங்கிச்
செய்வார் கன்னித் தமிழ்நாட்டுத்
　　திருமா மதுரை முதலான
மொய்வார் சடையார்
　　மூதூர்கள் இறைஞ்ச முறைமையால் நினைந்தார்

சேரர் பிரானும் ஆரூரர்
　　தம்மைப் பிரியாச் சிறப்பாலும்
வாரம் பெருகத் தமக்கு அன்று
　　மதுரை ஆலவாய் அமர்ந்த

> வீரர் அளித்த திருமுகத்தால்
> விரும்பும் அன்பில் வணங்குவதற்குச்
> சார எழுந்த குறிப்பாலும்
> தாமும் உடனே செலத் துணிந்தார் [3825-3826]

இருவருடைய கருத்தும் ஒரே மாதிரியாக இருந்ததால் புற்றிடங்கொண்ட ஈசனிடம் சென்று தங்கள் கருத்தைத் தெரிவித்தனர். இறைவனுடைய அருளுடன் இருவரும் மதுரைக்குப் புறப்பட்டனர். அவர்களுடன் சேரமானின் படை வீரர்களும் கருவூலத்தைச் சுமந்துசெல்லும் வீரர்களும் சென்றனர்.

சேரமானும் சுந்தரரும் திருவாரூரிலிருந்து புறப்பட்டுப்போய் திருக்கீழ்வேளூரை அடைந்தனர். திருக்கீழ்வேளூர், திருவாரூரிலிருந்து இருபத்தைந்து கிலோமீட்டர் தொலைவில் உள்ளது. இதனைக் கீவளூர் எனத் தற்போது அழைக்கின்றனர்.

கோச்செங்கணான் கட்டிய மாடக்கோயில்களில் ஒன்றான இக்கோயிலின் இறைவன் கேடிலியப்பன். கேடிலியப்பன் என்னும் இவ்விறைவர் பெயரை அட்சய லிங்கேஸ்வரன் என்றும் கூறுவர். இறைவி பெயர் வன முலையம்மன். இவர் பெயரைச் சுந்தர குஜாம்பாள் என்றும் கூறுவர்.

அகத்தியர், முருகன், மார்க்கண்டேயன் முதலானோர் வழிபட்ட சிறப்புடைய ஊர் இது. இத்தகையச் சிறப்புடைய திருக்கீழ்வேளூரில் கோயில் கொண்டுள்ள கேடிலியப்பனைச் சுந்தரரும் சேரமானும் வழிபட்டனர். அங்கிருந்து புறப்பட்டுப்போய் நாகைக்காரோணத்தில் உள்ள இறைவனை வணங்கினர்.

> சேவித்து அணையும் பரிசனங்கள்
> சூழத் திருவாரூர் இறைஞ்சிக்
> காவில் பயிலும் புறம்பணையைக்
> கடந்து போந்து கீழ்வேளூர்
> மேவிப் பரமர் கழல் வணங்கிப்
> போந்து வேலைக் கழிக்கானல்
> பூவில் திகழும் பொழில் நாகை
> புகுந்து காரோணம் பணிந்தார் [3828]

நாகைக்காரோணத்தில் கோயில் கொண்டுள்ள இறைவனின் பெயர் காயாரோகணேஸ்வரர். இறைவியின் பெயர் நீலாயதாட்சி. அதிபத்தர் என்னும் நாயனார் வாழ்ந்த ஊர் நாகைக்காரோணம்.

அவரது சிலை இங்கே அமைக்கப்பட்டுள்ளது. இந்திரன் வணங்கிய கோமேதக லிங்கம் இங்கே இருப்பதாகக் கூறப்படுகிறது.

இந்த ஊரில் இறந்தவர்களைக் கோயிலின் முன்பாகக் கொண்டுவந்து வைக்கின்றனர். சிவனுக்கு அணிவித்த மாலையையும் ஆடையையும் அந்தப் பிணத்திற்குச் சாற்றுவது வழக்கமாக இருக்கிறது.

கோரக்க சித்தரின் சீடரான அழுகுணி சித்தர் இங்கேதான் சமாதி அடைந்துள்ளார். இவரது ஜீவசமாதியும் இத்திருக்கோயிலில் உள்ளது.

இந்த நாகைக்காரோணத்து இறைவனைப் போற்றி வழிபட்டபின் சுந்தரரும் சேரமான் பெருமாளும் திருமறைக்காட்டுக்குச் சென்றனர்.

**முந்நீர் வலங்கொள் மறைக்காட்டு**
**முதல்வர் கோயில் சென்று எய்திச்**
**செந்நீர் வாய்மைத் திருநாவுக்கு**
**அரசும் புகலிச் சிவக்கன்றும்**
**அந்நேர் திறக்க அடைக்க எனப்**
**பாடும் திருவாயிலை அணைந்து**
**நன்னீர் பொழியும் விழியினராய்**
**நாயன்மாரை நினைத்து இறைஞ்சி** (3830)

திருமறைக்காட்டில் கதவு திறப்பதற்குத் திருநாவுக்கரசரும் திறந்த கதவை மூடுவதற்குத் திருஞான சம்பந்தரும் பாடிய கதவைக் கண்டதும் சுந்தரருக்கும் சேரமான் பெருமாளுக்கும் அந்த நாயன்மார்களின் அருள் திறத்தை நினைக்கும்போது பெருமிதமாக இருந்தது. அவர்களுடைய கண்களிலிருந்து ஆனந்தக்கண்ணீர் பொங்கியது.

ஒளிவடிவில் இருக்கும் இறைவனை வேதங்கள் போற்றின. அந்த மறைக்காட்டு இறைவனைச் சுந்தரர் பதிகம் பாடிப் போற்றினார். சேரமான் பெருமாள் தனது பொன் வண்ணத்து அந்தாதியில் உள்ள பாடல்களால் போற்றிப் பாடினார்.

**யாழைப் பழித்தன்ன மொழி மங்கை ஒரு பங்கன்**
**பேழைச் சடைமுடி மேல் பிறை வைத்தான் இடம் பேணில்**
**தாழைப் பொழில் ஊடே சென்று பூழைத் தலை நுழைந்து**
**வாழைக் கனி கூழைக் குரங்கு உண்ணும் மறைக்காடே**

எனத் தொடங்கும் திருமறைக்காட்டுப் பதிகத்தில் அங்குள்ள இயற்கை வளத்தைச் சுந்தரர் பாடியுள்ளார்.

சுந்தரரும் சேரமானும் திருமறைக்காட்டில் சிலநாள் தங்கி இறைவனை வழிபட்டதன் பின்னர், அகத்தியான் பள்ளி என்னும் ஊரில் அமைந்துள்ள திருக்கோயிலுக்குச் சென்றனர். திருமறைக்காட்டிலிருந்து மூன்று கிலோமீட்டர் தொலைவில் அகத்தியான் பள்ளி என்னும் ஊர் அமைந்துள்ளது. இங்கே கோயில் கொண்டுள்ள இறைவனை அகத்தீசுவரன் என்றும் இறைவியைப் பாகம் பிறையாள் என்றும் போற்றுகின்றனர். இத்திருக்கோயிலில் இறைவன் கிழக்குப் பக்கம் பார்த்திருக்க இறைவி மேற்குப் பக்கம் பார்த்திருப்பது சிறப்பாகும்.

உலகைச் சமப்படுத்துவதற்காகத் தெற்குநோக்கி வந்த அகத்தியர் சிவன் – பார்வதி திருமணத்தைப் பார்த்த இடங்களில் இந்த அகத்தியான் பள்ளியும் ஒன்று. இத்திருக்கோயிலில் அகத்தியருக்கும் வழிபாடு நடைபெறுகிறது.

குலசேகர பாண்டியன் என்னும் மன்னன் இத்திருக்கோயிலில் திருப்பணிகள் செய்து தனது நோய் நீங்கப் பெற்றதாக வரலாறு தெரிவிக்கிறது.

> எழுந்து பணிந்து புறத்தெய்தி
>     இருவர் பெருந்தொண்டரும் சிலநாள்
> செழுந்தண் பழனப் பதியதனுள்
>     அமர்ந்து தென்பால் திரைக்கடல் நஞ்சு
> அழுந்தும் மிடற்றார் அகத்தியான்
>     பள்ளி இறைஞ்சி அவிர்மதியக்
> கொழுந்து வளர் செஞ்சடைக் குழகர்
>     கோடிக் கோயில் குறுகினார்  [3832]

அகத்தியான் பள்ளி இறைவனை வணங்கியபின் இருபெரும் தொண்டரும் கோடியக்கரையில் உள்ள குழகர் ஆலயத்திற்குச் சென்றனர். கோடியக்கரையில் கோயில் கொண்டுள்ள இறைவனை அமுதகடேசுவரர் என்றும் குழகேசுவரர் என்றும் கூறுகின்றனர். இறைவியை மைத்தடங்கண்ணி என்றும் அஞ்சனாட்சி என்றும் போற்றுகின்றனர்.

இத்திருக்கோயிலில் காடு கிழாள் என்னும் கொற்றவையும் கோயில் கொண்டுள்ளாள். இக்கொற்றவை வழிபாட்டிலிருந்து இத்திருக்கோயில் மிகவும் பழமையானது என்பது விளங்கும்.

> கோடிக் குழகர் கோயில் அயல்
>     குடிகள் ஒன்றும் புறத்து எங்கும்

நாடிக் காணாது உள்புக்கு
நம்பர் பாதம் தொழுது உள்ளம்
வாடிக் கடிதாய்க் கடல்காற்று என்று
எடுத்து மலர்க் கண்ணீர் வாரப்
பாடிக் காடுகாள் புணர்ந்த
பரிசும் பதிகத்து இடை வைத்தார் [3833]

*குழகர் கோயிலுக்கு அருகில் யாரும் குடியிருக்காத நிலையிலும் சுந்தரரும் சேரமான் பெருமாளும் அவரது படையினரும் குழகர் கோயிலுக்குச் சென்று இறைவனை வணங்கினர்.*

*குழகர் கோயிலைச் சுற்றியுள்ள பகுதியில் எவரும் குடியிருக்காமல் இறைவன் தனியாக இருக்கும் நிலையைத் தனது பதிகத்தில் அமைத்துப் பாடினார் சுந்தரர்.*

**மை ஆர் தடங்கண்ணி பங்கா!**
**கங்கையாளும்**
**மெய் ஆகத்து இருந்தனள்**
**வேறு இடம் இல்லை**
**கை ஆர் வளைக் காடுகாளோடும்**
**உடனாய்க்**
**கொய் ஆர் பொழில் கோடியே**
**கோயில் கொண்டாயே!**

*என்னும் சுந்தரர் தேவாரப் பதிகத்தில் (32:5) காடுகாள் என்னும் கொற்றவைக் கோயில் இருந்ததைக் குறிப்பிட்டுப் பாடிப் போற்றியுள்ளார்.*

*கோடியக் கரையிலிருந்து புறப்பட்ட சுந்தரரும் சேரமான் பெருமாளும் சோழநாட்டில் உள்ள வேறு பல திருத்தலங்களுக்கும் சென்று இறைவனை வணங்கி, பின் பாண்டிய நாட்டின் திருப்புத்தூரை அடைந்தனர். அங்கே கோயில் கொண்டுள்ள இறைவனை வணங்கியபின் அங்கிருந்து மதுரை நோக்கிப் பயணம் செய்து மதுரையை அடைந்தனர்.*

✧

# மூவேந்தரும் மதுரையில்

சேரமான் மதுரைக்கு வருவதை அறிந்த பாண்டிய மன்னன் மதுரையை மிகவும் அலங்கரித்தான். தானே நேரில் வந்து வரவேற்றான்.

பாண்டிய மன்னனின் மகளைத் திருமணம் செய்ததால் சோழனும் மதுரைக்கு வந்திருந்தான். சேரனும் சோழனும் பாண்டியனுமாகத் திருஆலவாய் இறைவனை வணங்குவதற்குச் சுந்தரரோடு சென்றனர்.

தென்னவர் கோன் மகளாரைத்
   திருவேட்டு முன்னரே
தொன் மதுரை நகரின்கண்
   இனிது இருந்த சோழனார்
அன்னவர்களுடன் கூட
   அணைய அவரும் கூடி
மன்னு திரு ஆலவாய்
   மணிக்கோயில் வந்து அணைந்தார்        (3836)

சுந்தரரும் மூவேந்தரும் சொக்கநாதன் திருக்கோயிலை வலம் வந்தனர். அவ்வாறு வலம் வரும்போது சிவபெருமானின் வழித் தொண்டர் எனத் தன்னைக் கூறியபடி சுந்தரர் வீழ்ந்து வணங்கினார்.

சுந்தரரின் முன்னோர் ஒருவர், தானும் தன் குடி வருவோரும் சிவனுக்கு அடிமை என ஓலை எழுதி வழங்கிய பழைய வரலாற்றை நினைத்து இவ்வாறு வணங்கியதாகச் சேக்கிழார் தெரிவித்துள்ளார்.

படி ஏறு புகழ்ச் சேரர்
   பெருமானும் பார்மிசை வீழ்ந்து

அடியேனைப் பொருளாக
அளித்த திருமுகக் கருணை
முடிவு ஏது என்று அறிந்திலேன்
என மொழிகள் தடுமாறக்
கடி ஏறு கொன்றையார்
முன்பரவிக் களி கூர்ந்தார்           (3838)

'என்னையும் ஒரு பொருட்டாகக் கருதி எனக்குத் திருமுகம் தந்த ஆலவாய் அண்ணலே! உனது அருள் திறத்தை என்னால் அளவிட்டு அறிந்திட இயலுமா?' எனச் சொற்கள் தடுமாறும்படி இறைவனைப் போற்றிப் புகழ்ந்தார். பின்னர், தரையில் விழுந்து வணங்கினார்.

சேரமான் பெருமாள் இறைவனை வணங்கியதும் சோழனும் பாண்டியனும் இறைவனைப் பணிந்து வணங்கினர். சுந்தரரும் சேரமானும் வழிபாட்டினை நிறைவு செய்ததும் அவர்களைத் தனது மாளிகைக்கு அழைத்துச் சென்றான் பாண்டியன்.

சுந்தரரும் சேரமானும் சோழனும் பாண்டியனும் சேர்ந்து மதுரைக்கு அருகில் இருக்கும் திருத்தலங்களுக்குச் சென்றனர். பின்னர், திருப்பூவணம் என்னும் ஊரில் கோயில் கொண்டுள்ள பூவணன் என்னும் சிவனை வழிபட்டனர். திருப்பூவணம் என்னும் இந்த ஊர் தற்காலத்தில் திருப்புவனம் என அழைக்கப்படுகிறது. இங்கே கோயில் கொண்டுள்ள சிவனைத் திருப்பூவண நாதர் என்றும் புஷ்பவனேசுவர் என்றும் போற்றுகின்றனர். இறைவியைச் சௌந்தர்ய நாயகி என்றும் மின்னனையாள் என்றும் வணங்குகின்றனர்.

திருப்பூவணத்தில் பொன்னனையாள் என்னும் நடனப்பெண் வாழ்ந்து வந்தாள். அவள், தான் சம்பாதித்த செல்வம் அனைத்தையும் சிவனடியார்க்கே செலவழித்து வந்தார். செல்வம் இல்லாத நிலையில் திருப்பூவண நாதரைப் பொன்னில் வடிப்பதற்கு விரும்பினாள். சிவபெருமான் சித்தராக வந்து அந்தப் பெண்ணின் வீட்டில் உள்ள இரும்பு, செம்பு முதலானவற்றைப் பொன்னாக மாற்றுவதற்கு நெருப்பிலிடுமாறு கூறினார். அவ்வாறு அப்பெண் நெருப்பிலிட்டுப் பொன்னாக்கினாள். அதனைக் கொண்டு உற்சவர் திருமேனியை உருவாக்கினாள். அதன் அழகைப் பார்த்து வியந்த அந்தப் பெண் அந்த உருவத்தின் கன்னத்தைக் கிள்ளி முத்தமிட்டதாகவும், அந்த நகக்குறி இப்போதும் உற்சவர் கன்னத்தில் இருப்பதாகவும் தெரிவிக்கின்றனர்.

இந்தத் திருப்பூவணத்தைச் சேர்வதற்கு முன்பே சுந்தரர் 'பூவணம் ஈதோ' எனப் போற்றிப் பதிகம் பாடினார்.

நீடு திருப்பூவணத்துக்கு
    அணித்தாக நேர் செல்ல
மாடு வரும் திருத்தொண்டர்
    மன்னிய அப்பதி காட்டத்
தேடு மறைக்கு அரியாரைத்
    திருவுடையார் என்று எடுத்துப்
பாடி இசையின் பூவணம் ஈதோ
    என்று பணிந்து அணைவார் (3842)

திருப்பூவணத்து இறைவனை வலம் வந்து இறைவன் முன் வீழ்ந்து வணங்கினார் சுந்தரர். அவருடன் மூவேந்தரும் பணிந்தனர். திருப்பூவணத்தில் சிலநாள் தங்கி இறைவனை வணங்கிய சுந்தரர் வேந்தர்களோடு மதுரைக்குத் திரும்பினார். ஆலவாய் இறைவனை வணங்கிய பின் திருவேடகம் முதலாக அருகிலுள்ள பிறத் தலங்களுக்குச் சென்று இறைவனை வணங்கினார்.

திரு ஏடகத்தில் கோயில் கொண்டுள்ள இறைவனின் பெயர் ஏடகநாதர். இறைவியின் பெயர் ஏலவார் குழலி என்னும் சுகந்த குந்தளாம்பிகை.

செஞ்சடையார் திருவாப்பனூர்
    திருவேடகம் முதலாம்
நஞ்சு அணியும் கண்டரவர்
    நயந்த பதி நண்ணியே
எஞ்சல் இலாக் காதலினால்
    இனிது இறைஞ்சி மீண்டு அணைந்து
மஞ்சு அணையும் மதில் மதுரை
    மாநகரின் மகிழ்ந்திருந்தார் (3845)

ஏடகநாதனைப் பணிந்து வணங்கியபின் மூவேந்தரோடு மதுரைக்கு வந்தார் சுந்தரர். அங்கிருந்து திருப்பரங்குன்றத்திற்குச் சென்று இறைவனை வணங்கினர். மூவேந்தர்கள் மகிழும்படியாகத் தமிழ்ப் பதிகம் பாடி இறைவனை மகிழ்வித்தார் சுந்தரர். அவ்வாறு அவர் பாடிய பதிகத்தில் திருப்பரங்குன்றத்தைக் கோத்திட்டை என்று பாடியுள்ளார்.

திட்டை என்றால் மேட்டுநிலம். திருப்பரங்குன்றம் மலையாக இல்லாமல் குன்றாக இருக்கின்ற காரணத்தால் இதனைத் திட்டை என்றும் பாண்டியனுக்கு உரிய திட்டை என்பதால் கோத்திட்டை என்றும் பாடியுள்ளார்.

திருப்பரங்குன்றத்திற்குச் சுந்தரரோடு மூவேந்தரும் சென்றதை இந்தத் திருப்பரங்குன்றப் பதிகத்தின் பதினோராம் பாடலில் தெரிவித்துள்ளார்.

அடிகேள் உமக்கு ஆட்செய அஞ்சுதும் என்று
அமரர் பெருமானை ஆரூரன் அஞ்சி
முடியால் உலகாண்ட மூவேந்தர் முன்னே
மொழிந்த ஆறும் ஓர் நான்கும் ஓர் ஒன்றினையும்
படியா இவை கற்று வல்ல அடியார்
பரங்குன்றம் மேய பரமன் அடிக்கே
குடி ஆகி வானோர்க்கும் ஓர் கோவும் ஆகிக்
குல வேந்தராய் விண் முழுதும் ஆள்பவரே

என்னும் பதிகப் பயன் தெரிவிக்கும் பாடலில் மூவேந்தர் முன்னிலையில் பாடப்பட்ட தன்மையைக் குறிப்பிட்டுள்ளார்.

திருப்பரங்குன்றத்தில் கோயில் கொண்டுள்ள சிவனின் பெயர் சத்தியகிரீசுவரர். தேவிக்குச் சந்நிதி இல்லை. திருப்பரங்குன்றத்து மலையாகவே சிவன் இருப்பதால் பரங்குன்ற நாதர் என்றும் அழைக்கப்படுகிறார்.

திருப்பரங்குன்றம் சிவன் கோயில்தான். முருகனுக்கும் தெய்வானைக்கும் இங்கே திருமணம் நடைபெற்றதாலும் ஆறுபடை வீடுகளுள் ஒன்றாகக் கூறப்பட்டதாலும் முருகனுக்கு முதன்மை ஏற்பட்டதாகக் கூறுவர்.

இத்திருப்பரங்குன்றத்தில், சுந்தரர் இறைத்தொண்டு செய்யும் தன்மையை நேரில் கண்டு வியந்த மூவேந்தரும் சுந்தரரின் அடிபணிந்தனர். சேரமான் பெருமாளும் சுந்தரரும் மதுரைக்குத் தென்பகுதியில் உள்ள திருத்தலங்களுக்குச் செல்ல விரும்பினர். சோழனும் பாண்டியனும் அவர்களின் பயணத்திற்குத் தேவையான ஏற்பாடுகளைச் செய்துவிட்டு மதுரைக்குத் திரும்பினர்.

இறைவர் திருத்தொண்டு புரி
அருமையினை இருநிலத்து
முறைபுரியும் முதல் வேந்தர்
மூவர்களும் கேட்டு அஞ்சி
மறைமுந்நூல் மணி மார்பின்
வன்தொண்டர் தமைப் பணிந்தார்
நிறை தவத்தோர் அப்பாலும்
நிருத்தர் பதி தொழ நினைந்தார் (3848)

சோழனும் பாண்டியனும் தங்களால் அவர்களுடன் பயணிக்க இயலாது என்னும் உண்மையை உணர்ந்தனர். எனவே, மதுரைக்குத் திரும்பினார்கள். இருப்பினும் அவர்கள் தென்னாடு முழுவதும் செல்வதற்குத் தொண்டர்களை உடன் அனுப்பி வைத்தனர்.

# குற்றாலம்

குற்றாலத்தில் குற்றாலநாதர் கோயில் கொண்டுள்ளார். அவர் குறும்பலாவின் அடியில் கோயில் கொண்டிருப்பதால் குறும்பலா ஈசர் எனவும் போற்றப்படுகிறார். குழல்வாய் மொழி, பராசக்தி என இறைவிக்கு இரண்டு சந்நிதிகள் உள்ளன.

குற்றால நாதர் கோயிலில் அகத்தியருக்கும் திருமாலுக்கும் சந்நிதிகள் உள்ளன. திருமாலை நன்னகரப் பெருமாள் என்கின்றனர்.

சிவபெருமான் நடனமாடும் ஐந்து அம்பலங்களில் சித்திர அம்பலம் குற்றாலத்தில்தான் உள்ளது. (பொன்னம்பலம் – சிதம்பரம், இரத்தின அம்பலம் – திருவாலங்காடு, வெள்ளியம்பலம் – மதுரை, தாமிர அம்பலம் – திருநெல்வேலி)

**குற்றாலத்து இனிது அமர்ந்த**
**கூத்தர் குரைகழல் வணங்கிச்**
**சொல்தாம மலர் புனைந்து**
**குறும்பலாத் தொழுது இப்பால்**
**முற்றா வெண்மதி முடியார்**
**பதி பணிந்து மூ எயில்கள்**
**செற்றார் மன்னிய செல்வத்**
**திருநெல்வேலியை அணைந்தார்** (3851)

குற்றால நாதரை வணங்கிச் சித்திர சபையைக் கண்டு களித்தபின் சேரமான் பெருமாளும் சுந்தரரும் திருநெல்வேலிக்கு வந்தனர். திருநெல்வேலியில் கோயில் கொண்டுள்ள இறைவனை நெல்லையப்பர் என்றும் வேண்ட வளர்ந்த நாதர் என்றும் போற்றுகின்றனர். இறைவியைக் காந்திமதி என்றும்

வடிவுடையம்மை என்றும் வணங்குகின்றனர். இங்கே தாமிர் அம்பலம் அமைந்துள்ளது.

நாயன்மார் சந்நிதிக்கு அருகில் தாமிரபரணித் தாய் சிலையும் உள்ளது. இது நெல்லையப்பர் ஆலயம் தாமிரபரணி நதிக்கரையில் இருப்பதை உணர்த்துகிறது. இங்கே மார்கழி மாதத்தில் நடைபெறும் அதிகாலை பூசை நடைபெறுவதில்லை. அதற்குப் பதிலாகக் கார்த்திகை மாதத்தில் அதிகாலைப் பூசை நடைபெறுகிறது. திருநெல்வேலி, கன்னியாகுமரி மாவட்டத்தில் மார்கழி மாதத்தில் திருவிழாக்கள் நடைபெறாமல் கார்த்திகை மாதத்தில்தான் திருவிழாக்கள் நடைபெறும். அய்யா வைகுண்டர் ஆலயங்களிலும் கார்த்திகை மாதத்தில்தான் திரு ஏடு வாசிப்பு நிகழ்ச்சியும் பூசையும் நடைபெறுகிறது.

**நெல்வேலி நீற்றழகர்**
**தமைப் பணிந்து பாடி நிகழ்**
**பல்வேறு பதிபிறவும்**
**பணிந்து அன்பால் வந்து அணைந்தார்**
**வில் வேடராய் வென்றி**
**விசயன் எதிர் பன்றிப்பின்**
**செல் வேத முதல்வர் அமர்**
**திரு இராமேச்சரத்து** [3852]

திருநெல்வேலியில் கோயில் கொண்டுள்ள இறைவனைப் பணிந்த சேரமான் பெருமாளும் சுந்தரரும் பல்வேறு தலங்களுக்குச் சென்று இறைவனைப் பணிந்தபின் இராமேச்சுரத்துக்குச் சென்றனர்.

✧

# இராமேச்சுரம்

இராமேச்சுரத்தில் அர்ச்சுனனும் வேடனாய் வந்த சிவனும் பன்றியை எய்ததால் அவர்களுக்கு மல்யுத்தம் நடைபெற்றது. அவ்வாறு மல்யுத்தம் நடைபெற்ற இடம் இராமேச்சுரம் என்கின்றனர். இதே வரலாற்றைச் சிதம்பரத்திற்கு அருகிலுள்ள திருவேட்களத்திலும் குறிப்பிடுகின்றனர்.

இராமேச்சுரத்தில் கோயில் கொண்டுள்ள இறைவனை இராமநாதசாமி என்றும் இராமலிங்கேசுவர் என்றும் வழிபடுகின்றனர். இறைவியைப் பர்வத வர்த்தனி, மலைவளர் காதலி என்றும் போற்றுகின்றனர். இராவணனைக் கொன்ற இராமன் தனது பாவத்தைப் போக்கிக் கொள்வதற்காகச் சிவலிங்கத்தை மணலில் உருவாக்கி வழிபட்ட இடம் இது. இராமேச்சுரம் தமிழகத்தில் உள்ள சிறிய தீவு. இதற்கு அருகில்தான் தனுஷ்கோடி என்னும் தீவு உள்ளது. 1964இல் ஏற்பட்ட புயலில் இந்தத் தனுஷ்கோடி தீவு முற்றிலும் அழிந்துவிட்டது. மனிதர் வாழ்வதற்கு ஏற்ற இடமாக இத்தீவு இல்லை.

மன்னும் இராமேச்சரத்து
மாமணியை முன்வணங்கிப்
பன்னு தமிழ்த் தொடை சாத்திப்
பயில்கின்றார் பாம்பணிந்த
சென்னியர் மாதோட்டத்துத்
திருக்கேதீச்சரம் சார்ந்து
சொல் மலர் மாலைகள் சாத்தித்
தூரத்தே தொழுது அமர்ந்தார் (3853)

இராமநாத சாமியை வழிபட்ட சேரமான் பெருமாளும் சுந்தரரும் இலங்கையில் மாதோட்டத்தில் உள்ள கேதீச்சுரத்து இறைவனை இராமநாதபுரத்திலிருந்து வணங்கி வழிபட்டனர். கேதீச்சுரத்து இறைவனுக்கு மலர்மாலை சூட்டி வழிபட இயலாத நிலையில், சொல் மாலை தொடுத்துப் பதிகம் பாடி வழிபட்டார் சுந்தரர்.

இலங்கையின் மன்னார் மாவட்டத்தில் உள்ளது திருக்கேதீச்சுரம். இங்கே கோயில் கொண்டுள்ள இறைவனின் பெயர் திருக்கேதீசுவரர். இறைவியின் பெயர் கௌரி. நாகர்கள் வழிபட்ட தலம் இது என்பதால் இங்குள்ள இறைவனை நாகநாதர் என்றும் போற்றுவர். இராவணனின் மனைவியும், அவளுடைய தந்தை மயனும் மற்றும் அகத்தியரும் இங்கே வழிபட்டதாகவும் அறியமுடிகிறது. நவக்கிரகங்களில் ஒன்றான கேது வழிபட்டதால் இதனைக் கேதீச்சுரம் என்று வழங்குகின்றனர். இங்கேதான் மிகப்பெரிய சோமாஸ்கந்தர் சிலை உள்ளது.

**நத்தார் புடை ஞானன் பசு ஏறின்**
**நனைகவுள் வாய்**
**மத்த மத யானை உரி போர்த்த**
**மழுவாளன்**
**பத்தாகிய தொண்டர் தொழு**
**பாலாவியின் கரைமேல்**
**செத்தார் எலும்பு அணிவான்**
**திருக்கேதீச்சுரத்தானே** (7:80:1)

என்னும் பாடலால் கேதீச்சுரத்து இறைவனைப் போற்றினார் சுந்தரர். அங்கிருந்து புறப்பட்டுச் சேரமான் பெருமாளும் சுந்தரரும் பலத் திருத்தலங்களை வழிபட்ட பின், திருச்சுழி வந்து சேர்ந்தனர்.

திருச்சுழி, முன்பு இராமநாதபுரம் மாவட்டத்திலும் தற்போது விருதுநகர் மாவட்டத்திலும் அமைந்துள்ள ஊர். இங்கே கோயில் கொண்டுள்ள இறைவனைத் திருமேனி நாதர் என்றும் சுளி கேசர் என்றும் பிரளய விடங்கர் என்றும் தனுநாதர் என்றும் மணக்கோல நாதர் (கல்யாண சுந்தரன்) என்றும் புவனேசுவர் என்றும் போற்றுகின்றனர். இறைவியைச் சொர்ண மாலை, முத்துமாலை உமையாள், மாணிக்க மாலை என்றும் வணங்குகின்றனர். இரமணர் இங்கேதான் பிறந்தார்.

**திருச்சுழியல் இடம்கொண்ட**
**செம்பொன் மலைச் சிலையாரைக்**

கருச்சுழியின் வீழாமைக்
காப்பாரைக் கடல் விடத்தின்
இருள் சுழியும் மிடற்றாரை
இறைஞ்சி எதிர் இதழி மலர்ப்
பருச்சுழியத்துடன் ஊனாய்
உயிர் எனும் பாமலர் புனைந்தார் (3855)

திருச்சுழியில் கோயில் கொண்டுள்ள இறைவன் நம்மை மீண்டும் பிறவித் துன்பத்தில் விழாமல் காக்கும் தன்மைகொண்டவன் என்றும், கடல் நஞ்சினைக் கழுத்தில் கொண்டு காத்தவன் என்றும் போற்றி அத்தகைய சிவனைச் சேரமானும் சுந்தரரும் வணங்கினர் எனப் பாடியுள்ளார் சேக்கிழார்.

திருச்சுழியில் உள்ள திருமடத்தில் சேரமானும் சுந்தரரும் தொண்டர்களுடன் தங்கியிருந்தனர். அன்று இரவு சிவபெருமான் சுந்தரரின் கனவில் தோன்றினான். காளை போன்ற வடிவத்துடன் கையில் செண்டாயுதத்துடனும் தலையில் சுழியலுடனும் காட்சி தந்தான் என்பது இங்கை உள்ள சிறப்பு.

அங்கணரைப் பணிந்து உறையும்
ஆரூரர்க்கு அவ்வூரில்
கங்குல் இடைக் கனவின்கண்
காளையாம் திருவடிவால்
செங்கையினில் பொற்செண்டும்
திருமுடியில் சுழியமுடன்
எங்குமிலாத் திருவேடம்
என்பு உருக முன்காட்டி (3856)

இறைவன் வழங்கிய திருக்காட்சியைக் கண்ட சுந்தரர் அதனைச் சேரமானுக்குத் தெரிவித்தார். இருவரும் இறைவனின் அருள் கருணையைப் போற்றி வணங்கினர்.

திருச்சுழியலில் இறைவன் வானத்திலிருந்து ஒளி வடிவத்தில் சுந்தரருக்குக் காட்சி வழங்கி, தான் கானப்பேரில் இருப்பதாகக் கூறி மறைந்தான். அங்கிருந்து சுந்தரரும் சேரமானும் திருக்கானப்பேருக்குச் சென்றனர்.

திருக்கானப்பேரூர் என்னும் இந்த ஊரைக் காளையார் கோயில் என்று அழைக்கின்றனர்.

காளையார் கோயிலில் உள்ள இறைவனைச் சொர்ணகாளீசுவரர், சோமேசர், சுந்தரேசர் எனப் போற்றுகின்றனர். இறைவியைச்

சொர்ணவல்லி, சௌந்தரவல்லி, மீனாட்சி என வணங்குகின்றனர். இங்கே மூன்று சிவன், மூன்று இறைவி ஆகியோர் தனித்தனிச் சந்நிதிகளில் அருள்புரிகின்றனர். இது வேறு திருக்கோயில்களில் இல்லாத சிறப்பாகும். இத்தலத்திற்கு வந்த சுந்தரருக்குக் காளை வடிவில் சிவபெருமான் வந்து தடம் பதித்து வழிகாட்டியதாகத் தெரிவிக்கிறார்கள். எனவேதான் இந்த ஊருக்குக் காளையார் கோயில் எனப் பெயர் வந்தது எனப் பெயர்க்காரணம் கூறுகிறார்கள்.

கானப்பேரை அடைந்த சுந்தரர் பதிகம் பாடி இறைவனைப் பணிந்தார். அவருடன் சேரமான் பெருமாளும் சொர்ணகாளீசுவரரை வணங்கி மகிழ்ந்தார்.

**கண்டு அருளும்படி கழிற்று**
**அறிவார்க்கு மொழிந்து அருளிப்**
**புண்டரிகப் புனல் சுழியல்**
**புனிதர் கழல் வணங்கிப் போய்**
**அண்டர் பிரான் திருக்கானப்**
**பேர் அணைவார் ஆரூரர்**
**தொண்டர் அடித் தொழலும் எனும்**
**சொற்பதிகத் தொடை புனைவார்** (3858)

தொண்டர் அடித் தொழலும் என்னும் பதிகத்தில் ஒவ்வொரு பாடலிலும் கைதொழப் பெறுவது என்று கொலோ என்றும் கானப்பேர் உறை காளை என்றும் பாடியுள்ளார்.

காளையார் கோயிலில் சேரமான் பெருமாளும் சுந்தரரும் தங்கி இறைவனை வழிபட்ட பின்னர் அங்கிருந்து புறப்பட்டுத் திருப்புனவாயில் வந்து அடைந்தனர்.

திருப்புனவாயில் புதுக்கோட்டை மாவட்டத்தில் உள்ளது. இங்கே கோயில் கொண்டுள்ள இறைவனை விருத்தபுரீசுவர் என்றும் பழம்பதி நாதர் என்றும் போற்றுகின்றனர். இறைவியைப் பெரியநாயகி என வணங்குகின்றனர். திருப்புனவாயிலில் உள்ள லிங்கமே மிகப்பெரிய லிங்கம் ஆகும். உயரத்தில் கங்கைகொண்ட சோழபுரம் மற்றும் தஞ்சையில் உள்ள லிங்கம்தான் பெரியது. ஆனால், அளவில் திருப்புனவாயில் லிங்கம் 82.5 அடி சுற்றளவு கொண்டது. ஆனால், கங்கைகொண்ட சோழபுரத்து லிங்கம் 60 அடி சுற்றளவும், தஞ்சைப் பெரிய கோயில் லிங்கம் 55 அடி சுற்றளவும் கொண்டவை.

குருந்த மரம், மகிழ மரம், புன்னை மரம், கள்ளிச்செடி என நான்கு தல விருட்சங்களைக் கொண்டது இந்தத் திருப்புனவாயில் திருக்கோயில்.

சிவபெருமான் நடனமாடும் அம்பலங்களாக நான்கினைக் கூறுவர். திருப்புன வாயிலில் சிவஞான அம்பலம் உள்ளது. இங்கே அகத்தியர் பார்க்கும் வகையில் சிவபெருமான் நடனம் ஆடியதாகத் தெரிவிக்கிறார்கள்.

**புனவாயில் பதி அமர்ந்த**
**புனிதர் ஆலயம் புக்கு**
**மன ஆர்வம் உறச் சித்த**
**நீ நினை என்னொடு என்று**
**வினவான தமிழ் பாடி**
**வீழ்ந்து இறைஞ்சி அப்பதியில்**
**சின ஆனை உரித்து அணிந்தார்**
**திருப்பாதம் தொழுது இருந்தார்** (3862)

சேரமான் பெருமாளும் சுந்தரரும் திருப்புன வாயில் ஆலயத்திற்குச் சென்று அங்கே இறைவனைப் பணிந்து வணங்கினர். 'சித்த நீ நினை என்னொடு' எனத் தொடங்கும் பதிகத்தைப் பாடி அருளினார் சுந்தரர். அங்கிருந்து திருப்பாதாளீச்சுரம் முதலான திருப்பதிகளுக்குச் சென்றுவிட்டுத் திருவாரூருக்கு வந்தனர்.

திருவாரூருக்கு வந்த சுந்தரரையும் சேரமான் பெருமாளையும் இறையடியார்கள் வரவேற்றனர். அவர்களை அழைத்துக்கொண்டு திருக்கோயிலுக்குச் சென்றனர்.

திருவாரூருக்கு வரும்போது சுந்தரரின் மனத்தில் புதுத்தெம்பு தோன்றுவதாக உணர்ந்தார். சொந்தமண்ணில் தன் பாதம் பட்டவுடன் அவரது உடலிலும் உள்ளத்திலும் மகிழ்ச்சித் தோன்றியது. புற்றிடங்கொண்ட ஈசனையும் தியாகராசனையும் வலம் வந்து சேரமான் பெருமாளுடன் வணங்கினார்.

இறைவனை வணங்கிய சுந்தரரும் சேரமான் பெருமாளும் பரவையாரின் இல்லத்திற்குச் சென்றனர். அங்கே அவர்களைப் பரவையார் வரவேற்றுப் பூசையை முறையாகச் செய்தார். பல்வேறு காய்கறிகளை விதவிதமாய்ச் சமைக்க செய்து அவர்களுக்கும் அடியாருக்கும் அறுசுவை உணவு படைத்தார்.

சுந்தரரும் சேரமானும் நாள்தோறும் திருவாரூர்த் திருக்கோயிலின் ஆறுகால பூசையிலும் கலந்துகொண்டனர்.

மேலும், நிலைச்செண்டு என்னும் செண்டாயுதம் வைத்து ஆடும் ஆட்டத்தையும் இருவரும் ஆடினார்கள். இந்த ஆட்டம் என்பது தரையில் நின்றபடியும் குதிரையிலிருந்தபடியும் ஆடும் ஆட்டமாகும். இது போர்க்கலைகளில் ஒன்று. சேரமானும் சுந்தரரும் மன்னர் என்பதால் இந்த ஆட்டத்தை விரும்பி ஆடினர்.

மேலும் ஆட்டுக் கடாப் போரினையும் சேவல் சண்டையையும் பார்த்து மகிழ்ந்தனர்.

**நிலைச் செண்டும் பரிச் செண்டும்**
**வீசி மிக மகிழ்வு எய்தி**
**விலக்கு அரும்போர்த் தகர்ப் பாய்ச்சல்**
**கண்டு அருளி வென்றிபெற**
**மலைக்கு நெடு முள் கணைக்கால்**
**வாரணப் போர் மகிழ்ந்து அருளி**
**அலைக்கும் மறப் பல புள்ளின்**
**அமர் விரும்பி அமர்கின்றார்** (3870)

பழந்தமிழ் மன்னர்கள் போரில்லாக் காலங்களிலும் தங்கள் போராற்றல் குறைந்துவிடக் கூடாது என்பதற்காக நடத்தும் வீரவிளையாட்டுகளை மன்னர் குடியைச் சேர்ந்த, இந்த இரண்டு அடியார்களும் நிகழ்த்தினர் என்பதிலிருந்து இருவரும் போராற்றல் மிக்கவர்கள் என்பதனை உணர்ந்துகொள்ள முடிகிறது.

திருவாரூரில் பலநாள் கழிந்தபிறகு சேரமான் பெருமாளின் நெஞ்சத்தில் சுந்தரரைச் சேரநாட்டிற்கு அழைத்துச் செல்லவேண்டும் என்னும் எண்ணம் தோன்றியது. அதன் விளைவாக அந்தக் கோரிக்கையைப் பரவையாரிடம் பலநாள் தெரிவித்து வந்தார். பரவையாரும் அதற்கு ஒப்புக்கொண்டார்.

✧

# சேரநாட்டுப் பயணம்

திருவாரூர்த் திருக்கோயிலில் வீற்றிருக்கும் வன்மீகநாதர் என்னும் புற்றிடங்கொண்ட ஈசனையும் தியாகராசனையும் வழிபட்டனர் சேரமானும் சுந்தரரும். தங்கள் பரிவாரங்களயும் வழிபட்டனர். பரிவாரங்கள் பின்தொடரத் திருக்கோயிலின் வெளியே வந்தனர். திருவாரூரிலிருந்து மேற்கு நோக்கி அவர்கள் தங்கள் பயணத்தைத் தொடர்ந்தனர்.

தம்பிரானைத் தொழுது அருளால்
போந்து தொண்டர் சார்ந்து அணைய
நம்பியாரூரரும் சேரர்
நன்னாட்டு அரசனாராகும்
பைம்பொன் மணிநீள் முடிக் கழறிற்று
அறிவார் தாமும் பயணமுடன்
செம்பொன் நீடு மதில் ஆரூர்
தொழுது மேற்பால் செல்கின்றார் [3873]

சேரமானும் சுந்தரரும் பரிவாரங்களும் சேரநாட்டிற்குச் செல்லும் வழியில் உள்ள திருத்தலங்களை எல்லாம் வணங்கியபடி சென்றனர். அவ்வாறு சென்ற வழியில் திருக்கண்டியூருக்குச் சென்று இறைவனை வணங்கினர்.

திருக்கண்டியூரில் கோயில் கொண்டுள்ள இறைவனை ஆதி வில்வநாதர் என்றும் பிரம்மசிரகண்ணீசுவரர் என்றும் போற்றுகிறார்கள். இறைவியை மங்களாம்பிகை என்கின்றனர்.

பிரம்மனுக்கும் சரசுவதிக்கும் இந்தத் திருக்கோயிலில் தனிச்சந்திதி உள்ளது. திருக்கண்டியூர் இறைவனை வணங்கிய இருவரும் மற்றவர்களும் அங்கிருந்து பயணத்தைத் தொடர்ந்தனர்.

திருக்கண்டியூர் காவிரிக்குத் தென்கரையில் தஞ்சாவூர் மாவட்டத்தில் உள்ளது. ஆனால், திருவையாறு வடகரையில் உள்ளது. காவிரியைக் கடந்து ஐயாறப்பனை வழிபடச் சேரமான் விரும்பினார். அதனை அறிந்ததும் அங்கே செல்வதற்கு முடிவெடுத்தார் சுந்தரர். ஆனால், காவிரியில் பெருவெள்ளப் பெருக்கு. கடல்போல் பெருகிய அந்த வெள்ளப் பெருக்கினைக் கடந்து செல்வதற்கு வழித் தெரியாமல் தவித்தனர்.

> வடகரையில் திருவையாறு
>     எதிர் தோன்ற மலர்க்கரங்கள்
> உடல் உருக உள் உருக
>     உச்சியின் மேல் குவித்து அருளிக்
> கடல் பரந்தது எனப் பெருகும்
>     காவிரியைக் கடந்து ஏறித்
> தொடர்வுடைய திருவடியைத்
>     தொழுவதற்கு நினைவுற்றார்    [3875]

ஓடம் செல்ல இயலாத வெள்ளத்தைக் கண்டு திகைத்த அவர்கள் எவ்வாறேனும் ஐயறாப்பனை வணங்கிச் செல்லவேண்டும் என்னும் எண்ணத்தில் உறுதியாக இருந்தனர்.

இக்கரையில் நின்றபடி ஐயாறப்பனை நினைத்துப் பதிகம் பாடினார் சுந்தரர். கன்று ஒன்று அக்கரையில் நின்று அழைத்தால் தாய்ப்பசு எவ்வாறு தவிக்குமோ அவ்வாறு தவித்தான் ஐயாறப்பன். தன்னை நோக்கி வரும் அவர்களுக்குத் தடை எதுவும் இருக்கக்கூடாது என விரும்பினான்.

> மன்றில்நிறைந்து நடமாட
>     வல்லார் தொல்லை ஐயாற்றில்
> கன்று தடையுண்டு எதிர் அழைக்கக்
>     கதறிக் கனைக்கும் புனிற்று ஆப்போல்
> ஒன்றும் உணர்வால் சராசரங்கள்
>     எல்லாம் கேட்க ஓலம் என
> நின்று மொழிந்தார் பொன்னிமா
>     நதியும் நீங்கி நெறிகாட்ட    [3879]

அக்கரையிலிருந்து ஓர் ஓலக்குரல் கேட்டது. அந்தக் குரலானது உயிருள்ள பொருள்களுக்கும் உயிரற்றப் பொருள்களுக்கும் கேட்கும் அளவிற்கு இருந்தது. அந்த ஓலக்குரல் அஞ்சல் என்னும் ஆறுதல் வழங்கும் குரலாக இறைவனின் குரலாகக் கேட்டது. காவிரி ஆறு, அடியார்கள் செல்வதற்கு வசதியாக வழிவிட்டது.

வானத்தைத் தொடுவதுபோல் சென்ற அந்தக் காவிரி ஆற்றின் மேல்பக்கத்தில் பளிங்குமலைபோல் நீர்ப் பெருகி நின்றது. கிழக்குப் பக்கத்தில் மணல்தெரியும் அளவிற்கு வழிவிட்டது காவிரி ஆறு. இறைவனின் கருணையைக் கண்ட சேரமானும் சுந்தரரும் ஆனந்தக் கண்ணீர் வடித்து இறைவனைப் போற்றினர்.

விண்ணின் முட்டும் பெருக்காறு
மேல்பால் பளிக்கு வெற்பு என்ன
நண்ணி நிற்கக் கீழ்பால் நீர்
வடிந்த நடுவு நல்ல வழி
பண்ணிக் குளிர்ந்த மணல் பரப்பக்
கண்ட தொண்டர் பயில்மாரி
கண்ணில் பொழிந்து மயிர்ப்புளகம்
கலக்கக் கை அஞ்சலி குவித்தார் (3880)

சேரமானுக்கும் சுந்தரருக்கும் மயிர்க்கால்கள் சிலிர்த்தன. கடல்போல் பெருகி ஓடிய காவிரி வழிவிட்ட தன்மையை நினைத்த அவர்கள் இறைவனின் அருளை நினைத்துக் கைகூப்பித் தொழுதனர்.

சுந்தரர் பாடிய பதிகத்திற்கு இறைவன் அருள் வழங்கியதைக் கண்ட சேரமான் பெருமாள், சுந்தரரின் திருப்பாதத்தில் பணிந்து வணங்கினார். சுந்தரரும் அவரை வணங்கினார். 'எனது பதிகத்திற்குச் செவி சாய்த்து வழங்கிய அருள் என்று கருதவேண்டாம். தாங்கள் ஐயாறப்பனைச் சென்று வணங்குவதற்கு அவர் அமைத்துத் தந்த வழி' எனச் சுந்தரர் கூறியதைக் கேட்டதும் பெரிதும் மகிழ்வடைந்தார் சேரமான்.

இருவரும் காவிரியின் நடுவில் ஐயாறப்பனைப் போற்றியபடி சென்றனர். அவர்களது படையும் பரிவாரமும் அவர்களைத் தொடர்ந்து சென்றன.

செஞ்சொல் தமிழ் நாவலர் கோனும்
சேரர் பிரானும் தம்பெருமான்
எஞ்சல் இல்லா நிறை ஆற்றின்
இடையே அளித்த மணல் வழியில்
தஞ்சம் உடைய பரிசனமும்
தாமும் ஏறித் தலைச் சென்று
பஞ்சநதி வா வாணரைப் பணிந்து
விழுந்தார் எழுந்தார் பரவினார் (3882)

ஐயாறப்பன் திருக்கோயிலுக்கு ஆறு வழிவிட்டதை நினைத்து சேரமானும் சுந்தரரும் பெரிதும் வியப்புடன் பூரிப்படைந்தனர். இருவரும் நெடுஞ்சாண்கிடையாகத் தரையில் விழுந்து இறைவனை வணங்கினர். எழுந்த சுந்தரர் இறைவனைப் போற்றிப் பாடினார்.

இறைவழிபாட்டினை நிறைவு செய்ததும் அனைவரும் திரும்ப வந்தனர். அப்போதும் அந்தக் காவிரி ஆற்று வழி அப்படியே இருந்தது. அவர்கள் கரையை அடைந்ததும் மலைபோல் திரண்டு நின்ற வெள்ளம் பெருக்கெடுத்து முன்புபோல் ஓடியது.

**அங்கண் அரனார் கருணையினை**
**ஆற்றாது ஆற்றித் திளைத்து இறைஞ்சித்**
**தங்கள் பெருமான் திருவருளால்**
**தாழ்ந்து மீண்டும் தடம் பொன்னிப்**
**பொங்கு நதியின் முன்வந்த**
**படியே நடுவு போந்து ஏறத்**
**துங்க வரைபோல் நின்ற நீர்**
**துரந்து தொடரப் பெருகியதால்** [3883]

அக்கரையை அடைந்ததும் ஐயாறப்பன் அருளைப் போற்றி வணங்கினர் சுந்தரரும் சேரமானும். பின்னர், அங்கிருந்து மேற்கு நோக்கிப் பயணித்த அவர்கள் கொங்குநாட்டினைச் சென்று சேர்ந்தனர்.

கொங்குநாட்டில் உள்ள இறைவனின் திருத்தலங்கள் பலவற்றிற்கும் சென்ற இருவரும் மற்றும் பரிவாரங்களும் சேரநாட்டினை அடைந்தனர்.

தங்கள் மன்னனும் சுந்தரரும் வருவதைக் கண்டு சேரநாட்டு மக்கள் மிகவும் மகிழ்ச்சி அடைந்தனர். ஊர்கள் தோறும் அலங்கார வளைவுகளை ஏற்படுத்திப் பாதையின் இரு ஓரங்களிலும் மலர்ச்சரங்களைத் தொங்கவிட்டனர். வழியில் தங்கும் இடங்களில் ஆங்காங்கே வெயில் தாக்காமல் இருப்பதற்காகக் குளிர் பந்தல்களை அமைத்தனர். வீடுகளின் உள்ளேயும் வெளியேயும் அகில் புகையைப் பரப்பினர். முற்றத்திலும் வளைவுகளிலும் மலர்க் குவியல்களை வைத்து மணம் பரப்பினர்.

சுந்தரரும் சேரமானும் வரும் பாதை முழுவதும் தரையில் பூக்களைத் தூவி வரவேற்றனர். எல்லா இடங்களிலும் செல்வச் செழிப்பு வெளிப்படும் வகையில் வரவேற்பு வழங்கப் பெற்றது.

பதிகள் எங்கும் தோரணங்கள்
        பாங்கர் எங்கும் பூவனங்கள்
வதிகள் எங்கும் குளிர்பந்தர்
        மனைகள் எங்கும் அகில் புகைக் கார்
நதிகள் எங்கும் மலர்ப் பிறங்கல்
        ஞாங்கர் எங்கும் ஓங்குவன
நிதிகள் எங்கும் முழவின் ஒலி
        நிலங்கள் எங்கும் பொலஞ்சுடர்ப்பூ [3886]

என்னும் பாடலில் சேரநாட்டின் எல்லா நகரங்களிலும் செய்யப்பட்ட அலங்காரத்தைச் சேக்கிழார் குறிப்பிட்டுள்ளார். யானைப் படையில் உள்ள யானைகள் அனைத்தும் குதிரைப் படையில் உள்ள குதிரைகள் அனைத்தும் சேரமானையும் சுந்தரரையும் வரவேற்று அணிவகுத்துச் சென்றன. குதிரைகள் தங்கள் பிடரி மயிர் அசையும் வகையில் துள்ளல் நடைபோட்டுச் சென்றன. ஆண் யானைகள் நிறை குடங்களைத் தந்தத்துக்கு இடையே தாங்கியபடிச் சென்றன. ஆண் யானைகளைத் தொடர்ந்து பெண்யானைகள் மலைபோல் காட்சி வழங்கியபடி அசைந்து சென்றன.

வழி எங்கும் உணவகங்கள் திறந்து வருவோர் அனைவருக்கும் உணவு வழங்கினர். இந்த வரவேற்பினை ஏற்றபடி சேரமானும் சுந்தரரும் கொடுங்கோளூரை அடைந்தனர்.

திசைகள் தோறும் வரும் பெருமை
        அமைச்சர் சேனைப் பெருவெள்ளம்
குசைகொள் வாசி நிரை வெள்ளம்
        கும்ப யானை அணி வெள்ளம்
மிசைகொள் பண்ணும் பிடி வெள்ளம்
        மேவும் சோற்று வெள்ளம் கண்டு
அசைவு இல் இன்பப் பெருவெள்ளத்து
        அமர்ந்து கொடுங்கோளூர் அணைந்தார் [3887]

கொடுங்கோளூரின் கோட்டை வாயிலில் வாழையும் கமுகும் நடப்பட்டிருந்தன. மாவிலைத் தோரணம் எங்கும் தொங்கியது. கோட்டைக்குள் உள்ள வீதிகளிலும் விண்மீனைத் தொடும் அளவிற்கு உயரமாகக் கட்டப்பட்டிருந்த மாளிகைகளிலும் நிலா முற்றங்களிலும் சாலைகளிலும் ஆடல் அரங்குகளிலும் வண்ண மாலைகளைக் கட்டி அலங்காரம் செய்திருந்தனர்.

கொடுங்கோளூர் நகரத்தின் அனைத்து அரங்கங்களிலும் ஆடலும் பாடலும் நிகழ்ந்தன. நகர மக்கள் அனைவரும் சேர்ந்து

வந்து வரவேற்றனர். சேரமானும் சுந்தரரும் நேரே மாளிகைக்குச் செல்லாமல் திருவஞ்சைக் களத்து இறைவனை வணங்கச் சென்றனர்.

நகர மாந்தர் எதிர்கொள்ள
நண்ணி எண்ணில் அரங்குதொறும்
மகரக் குழை மாதர்கள் பாடி
ஆட மணிவீதியில் அணைவார்
சிகர நெடுமாளிகை அணையார்
சென்று திருவஞ்சைக்களத்து
நிகரில் தொண்டர்தமைக்கொண்டு
புகுந்தார் உதியர் நெடுந்தகையார் (3889)

திருவஞ்சைக் களத்து இறைவனை வலங்கொண்டு வணங்கிப் போற்றினர். சேரமானும் சுந்தரரும் தரையில் விழுந்து இறைவனை வணங்கினர். ‘முடிப்பது கங்கை’ எனத் தொடங்கும் திருப்பதிகத்தைத் திருவஞ்சைக்களத்து இறைவன் மேல் பாடினார் சுந்தரர். என்றாலும் இப்பதிகம் திருவஞ்சைக் களத்துப் பதிகம் எனக் குறிப்பிடப்படாமல் பொதுவானதாகக் குறிப்பிடப்பட்டுள்ளது. இந்தப் பதிகத்தில் எந்த இடத்திலும் திருவஞ்சைக்களம் என்னும் குறிப்பு இடம்பெறவில்லை.

முடிப்பது கங்கையும் திங்களும்
செற்றது மூ எயில்
நொடிப்பது மாத்திரை நூறு எழக்
கணை நூறினார்
கடிப்பதும் ஏறும் என்று அஞ்சுவன்
திருக்கைகளால் பிடிப்பது
பாம்பு அன்றி இல்லையோ
எம்பிரானுக்கே (7:44:1)

இறைவனை எள்ளல் பொருளில் இந்தப் பாடலில் பாடியுள்ளார். தலையில் முடிப்பதற்கு கங்கையையும் பிறைநிலவையும் தவிர வேறு எதுவும் கிடைக்கவில்லையோ? அழித்தது மூன்று கோட்டைகளை! அந்தக் கோட்டைகளை நொடிப்பொழுதில் சாம்பலாக்கிவிட்டான். கடித்ததும் நஞ்சு தலைக்கு ஏறிக் கொல்லும் என எல்லோரும் அஞ்சும் பாம்பினைக் கையில் பிடித்துக் கொண்டிருக்கிறான். வேறு எதுவும் பிடிப்பதற்குக் கிடைக்கவில்லையோ? என எள்ளல்போல் பாடி இறைவனைப் புகழ்ந்துள்ளார் சுந்தரர்.

✧

# சேரமான் மாளிகையில்

இறைவனை வழிபட்டதும் இருவரும் வெளியே வந்தனர். வெளியே காத்திருந்த யானையில் சுந்தரரை முதலில் ஏற்றினார் சேரமான். அவருக்குப் பின்புறத்தில் அமர்ந்துகொண்டு கவரி வீசினார் சேரமான். இவ்வாறு இவர்கள் யானை மீது ஊர்வலமாக வரும்போது இரண்டு பக்கங்களிலும் நின்ற மக்கள் சேரமானையும் சுந்தரரையும் போற்றிப் புகழ்ந்தார்கள்.

> தொழுது திளைத்துப் புறம்போந்து
> தோன்றப் பண்ணும் பிடிமேல் பார்
> முழுதும் ஏத்த நம்பியை முன்பு
> ஏற்றிப் பின்பு தாம் ஏறிப்
> பழுதில் மணிச் சாமரை வீசிப்
> பைம்பொன் மணிமாளிகை வரும்
> பொழுது மறுகில் இரு புடையும்
> மிடைந்தார் வாழ்த்திப் புகல்கின்றார் [3891]

‘சுந்தரரை நான் தோழராகப் பெற்றதே பெரும்பேறு. அவர் இந்த மலைநாட்டிற்கு வருகை தந்ததால் மலைநாடே பெருமை அடைந்தது. இந்த நாடு அடைவதற்குரிய வேறு பேறு எதுவும் கிடையாது’ என்று சேரமான் போற்றிப் புகழ்ந்து மகிழ்ந்தார். சேரநாட்டு மக்கள் அனைவரும் தங்கள் மன்னனின் பணிவினைக் கண்டு புகழ்ந்தனர்.

சுந்தரரும் சேரமானும் வந்த வழிநெடுகிலும் பூவினையும் பொரியினையும் பொன்துகள்களையும் மக்கள் சொரிந்து பணிந்தனர். சுந்தரர் வாழும் காவிரி நாடாகிய சோழநாடே இந்த உலகத்திற்குத்

திலகம் போன்றது என வியந்தார்கள். குதிரைகளும் யானைகளும் சூழ்ந்து வர, சுந்தரரும் சேரமானும் மாளிகைக்கு அருகில் வந்ததும் யானையிலிருந்து இறங்கினார்கள்.

சுந்தரரை அழைத்துக்கொண்டு சேரமான் மாளிகைக்குள் நுழைந்தார். அங்கே இருந்த சிம்மாசனத்தில் முழவுபோன்ற திரண்டத் தோள்களையும் நன்கு ஒளிவீசும் அணிகலன்களையும் கொண்ட சுந்தரரை அமரச் செய்தார். அவருக்கு அருகில் சேரமான் பெருமாள் நின்றார்.

கழறிற்று அறியும் திருவடியும்
கலை நாவலர்தம் பெருமானாம்
முழவின் பொலியும் திருநெடுந்தோள்
முனைவர் தம்மை உடன் கொண்டு
விழவின் பொலியும் மாளிகையில்
விளங்கு சிம்மாசனத்தின் மிசை
நிழல் திக்கொளிரும் பூணாரை
இருத்தித் தாமும் நேர்நின்று [3894]

சிம்மாசனத்தில் இருந்த சுந்தரருக்குப் பாதபூசை செய்யத் தொடங்கினார் சேரமான். அதனைக் கண்ட சுந்தரர் தனது காலினை இழுத்துக்கொண்டார். 'தாங்கள் எனக்குப் பாதபூசை செய்யக்கூடாது' என்று தடுத்தார். அதனை ஏற்றுக்கொள்ளாத சேரமான் தொடர்ந்து பாதபூசை செய்யத் தொடங்கினார்.

பாதபூசை செய்வதற்கான தண்ணீரைச் சேரமானின் தேவியார் கொண்டுவர அதனை வாங்கிப் பாதத்தைக் கழுவினார். பாதபூசை நிறைவடைந்ததும் சுந்தரரும் சேரமானும் உடனிருந்து உணவு உண்டனர். இருவரும் உணவு உண்டதும் சுந்தரருக்குச் சந்தனம் கத்தூரிக் குழம்பு முதலியவற்றைக் கொடுத்துப் பூசச் செய்தனர். புதிய பட்டாடைகளையும் மலர் மாலைகளையும் வழங்கி அணியச் செய்தனர்.

ஒவ்வொரு நாளும் கலை நிகழ்ச்சிகளுக்கு ஏற்பாடு செய்து சுந்தரர் மகிழ்ந்து இருப்பதற்கான ஏற்பாடுகளைச் செய்தார் சேரமான். செண்டாயுதப் போர், யானைப் போர், நீர் விளையாட்டு முதலான விளையாட்டுகளில் களித்தனர் சுந்தரரும் சேரமானும். இவ்வாறு மகிழ்ச்சியாக இருந்தாலும் சுந்தரருக்குத் திருவாரூர் நினைப்பு ஏற்பட்டதால் அதனை நினைத்துப் பதிகமாகப் பாடினார்.

✧

# திருவாரூருக்குத் திரும்புதல்

சுந்தரர், தான் திருவாரூருக்குப் போகவேண்டும் என்னும் விருப்பத்தைச் சேரமானிடம் தெரிவித்தார். அவரை அனுப்புவதற்குச் சேரமான் உடன்படவில்லை. இருப்பினும் வேறு வழியில்லாமல் புறப்பட்ட சுந்தரரைத் தொடர்ந்து வந்து வழியனுப்பி வைத்தார்.

'உம்மைப் பிரிந்து நான் எப்படித் தனித்து இருப்பேன்' என்று வருந்திய சேரமானைப் பார்த்து, 'வருந்தாமல் இருந்து நாட்டை ஆட்சி செய்யுங்கள்' எனப் பதில் உரைத்தார் சுந்தரர்.

வன்தொண்டர் முன் எய்தி
மனம் அழிந்த உணர்வினராய்
இன்று உமது பிரிவு ஆற்றேன்
என்செய்கேன் யான் என்ன
ஒன்றும் நீர் வருந்தாதே
உமது பதியின் கண்ணிருந்து
அன்றினார் முனை முருக்கி
அரசாளும் என மொழிந்தார் [3903]

'எனக்கு இந்த உலகத்தின் அரசாட்சியும் விண்ணுலகத்தின் அரசாட்சியும் தங்கள் திருவடிகளே ஆகும். இருப்பினும் திருவாரூருக்குச் செல்வதற்குத் தாங்கள் கொண்டிருக்கும் எண்ணத்தைத் தடுக்கும் ஆற்றல் எனக்கு இல்லை. அவ்வாறு தடுப்பதற்கும் அச்சப்படுகிறேன்' என்றார் சேரமான் பெருமாள்.

'என்னால் ஆரூரில் கோயில் கொண்டுள்ள இறைவனைப் பிரிந்திருக்க முடியவில்லை. இறைவனின் அருளுடன் இந்தச் சேரநாட்டில் நல்லாட்சியை வழங்குங்கள்! இங்கேயே இருங்கள்' என்றுகூறிச் சேரமானை வணங்கினார் சுந்தரர்.

மன்னவனார் அதுமொழிய
வன் தொண்டர் எதிர் மொழிவார்
என் உயிருக்கு இன்னுயிராம்
எழில் ஆரூர்ப் பெருமானை
வன் நெஞ்சக் கள்வனேன்
மறந்திரேன் மதியணிந்தார்
இன்னருளால் அரசளிப்பீர்
நீர் இருப்பீர் என இறைஞ்ச [3904]

இனிமேல் சுந்தரரைத் தடுக்க இயலாது என உணர்ந்த சேரமான் உடனே அமைச்சரை அழைத்தார். 'நமது கருவூலத்தில் இந்நாள் வரை சேர்ந்திருக்கும் சிறந்த செல்வத்தை எல்லாம் எடுத்துச் செல்லும் தகுந்த ஆட்களோடு கொண்டு வாருங்கள்' என்று ஆணையிட்டார்.

பொன், பொருள், நவமணிகள், பட்டாடைகள் எனக் கருவூலத்தில் இருந்த அனைத்தையும் தகுந்த ஏவலாளர் மூலம் கொண்டுவந்து நிறைத்தார். அந்தச் செல்வப் பொதிகளை எல்லாம் தன் ஏவலாளரை முன்னால் கொண்டுபோகுமாறு பணித்தார் சேரமான். அதன்பிறகு சுந்தரரின் திருவடிகளை வணங்கினார். அதற்கு பதில் வணக்கத்தைச் சுந்தரரும் வழங்கினார். சுந்தரரை வாரி எடுத்து அணைத்த சேரமான் விடைகொடுத்து அனுப்பினார். சேரநாட்டிலிருந்து புறப்பட்ட சுந்தரர் மலைநாட்டைக் கடந்து, கல்நிறைந்த காட்டு வழியைக் கடந்தும், காட்டாற்றைக் கடந்தும் பயணித்தார். வேறு பல காடுகளைக் கடந்து திருமுருகன் பூண்டி என்னும் ஊரை அடைந்தார்.

திருமுருகன் பூண்டி என்னும் ஊர் திருப்பூர் மாவட்டத்தில் உள்ளது. இங்கே கோயில் கொண்டுள்ள இறைவனின் பெயர் மாதவனேசுவரர். திருமுருக நாதர் என்பதும் பெயர். இறைவியின் பெயர் மங்களாம்பிகை. சூரனைக் கொன்ற முருகன் தனது பாவத்தைப் போக்கிடக் கயிலாயத்திற்குச் செல்லும் வழியில் இங்கே இந்த லிங்கத்தை உருவாக்கி வழிபட்டுப் பாவத்தைப் போக்கிக் கொண்டதாகத் தெரிவிக்கிறார்கள்.

திருமுருகன் பூண்டியை அடைந்த சுந்தரர் அங்கே கோயில் கொண்டுள்ள இறைவனை வணங்காமல் பொன்னையும் பொருளையும் கொண்டுசெல்வதை இறைவன் கண்டார். சுந்தரனுக்குப் பொன்கொடுப்பது என்றாலும் பொருள் கொடுப்பது என்றாலும் அது வேறு எவராகவும் இருக்கக்கூடாது என்னும்

எண்ணத்தினால் தனது பூத கணங்களை அனுப்பி அந்தப் பொன்னையும் பொருளையும் கொள்ளையடிக்கச் செய்தான்.

வென்றி மிகு பூதங்கள்
வேடர் வடிவாய்ச் சென்று
வன்தொண்டர் பண்டாரம்
கவர அருள் வைத்து அருள
அன்றினார் புரம் எரித்தார்
அருளால் வேட்டுவப் படையாய்ச்
சென்றவர்தாம் வரும் வழியில்
இருபாலும் செயிர்த்து எழுந்து

வில் வாங்கி அலகு அம்பு
விசை நாணில் சந்தித்துக்
கொல்வோம் இங்கிட்டுப் போம்
எனக் கோபத்தால் குத்தி
எல்லை இல் பண்டாரம் எலாம்
கவர்ந்து கொள இரிந்து ஓடி
அல்லலுடன் பறியுண்டார்
ஆரூரர் மருங்கு அணைந்தார் (3910–3911)

இறைவன் அனுப்பிய பூதகணங்கள் வேடர்களாய்த் தங்களை மாற்றிக்கொண்டனர். சுந்தரரும் தொண்டர்களும் சென்ற வழியின் இரண்டு பக்கங்களிலும் நின்றுகொண்டு பொன் பொருளைக் கொண்டுசென்ற பணியாளர்கள்மேல் வில்லை வளைத்து அம்பு விடுவதற்குத் தயார்நிலையில் இருந்தனர்.

‘இந்தப் பொதிகளை எல்லாம் இங்கேயே போட்டுவிட்டு ஓடுங்கள். அவ்வாறு செய்யவில்லை என்றால் உங்களைக் கொன்றுவிடுவோம்’ என மிரட்டினர். தங்கள் கைகளிலிருந்த வில்லிலிருந்து அம்புகள் நிலத்தில் பாயுமாறு விட்டனர். மிரண்டுபோன பணியாளர்கள் பொதிகளைப் போட்டுவிட்டுச் சுந்தரரை நோக்கி ஓடினார்கள்.

வேடர் வடிவில் இருந்த பூதங்கள் அனைத்துப் பொதிகளையும் எடுத்துக்கொண்டு போய்விட்டன. பொதிகளை இழந்த சுந்தரர் அருகிலிருக்கும் திருக்கோயிலுக்குச் சென்றார். இறைவனை வலம் வந்து வணங்கினார். உள்ளம் உருகும் அன்புடன் இறைவனை கைகுவித்து விழுந்து வணங்கினார். இறைவன் மேல் பதிகம் பாடினார்.

பதிகம் பாடி நிறைவு செய்ததும் பறிபோன பொருள் எல்லாம் திருக்கோயிலின் வாசலில் வானத்தை முட்டும் அளவிற்குக் குவிந்தன. இறைவனை வணங்கியபடி சுந்தரர் அந்தப் பொருள்களைப் பெற்றுக்கொண்டார். பணியாளர்களிடம் அந்தப் பொதிகளை ஏற்றி அனுப்பிவிட்டு, இறைவனின் திருக்கருணையைப் போற்றி வணங்கினார்.

கைக்கொண்டு கொடுபோம் அக்
கைவினைஞர் தமை ஏவி
மைக்கொண்ட மிடற்றாரை
வணங்கிப் போய்க் கொங்கு அகன்று
மெய்க்கொண்ட காதலினால்
விரைந்து ஏகி மென்கரும்பும்
செய்க்கொண்ட சாலியும் சூழ்
திருவாரூர் சென்று அணைந்தார்          (3916)

தன்னைத் தமிழால் பாடவேண்டும் என்பதற்காகவே திருமுருகநாதர், பொருள்களைக் கொள்ளையடிக்கச் செய்ததைக் கண்டு வியப்படைந்தார் சுந்தரர். பின்னர், அங்கிருந்து புறப்பட்டு, கொங்குநாட்டைக் கடந்து விரைவாகக் கரும்பும் நெல்வயலும் சூழ்ந்த சோழநாட்டினை அடைந்து அதன்கண் உள்ள திருவாரூருக்கு வந்தார். சுந்தரரை உடலால் பிரிந்தாலும் உள்ளத்தால் பிரியாத நிலையில் அவரை நினைத்தபடியே அவரது சொற்படியே தனது சேரநாட்டைச் சிறப்பாக ஆட்சிபுரிந்து வந்தார் சேரமான் பெருமாள்.

✧

# முதலை உண்ட பாலன்

பூவுலக வாழ்க்கையில் ஆலால சுந்தரருக்கு ஈடுபாடு வந்ததால்தான் அவர் தமிழகத்தில் பிறந்து இந்த உலக வாழ்க்கை வாழ்ந்தார். அவர் பக்தி நெறியில் இணையில்லாதவராக விளங்கினார். அந்தப் பக்தி நெறியின் காரணமாக வினையினால் தொடரும் இவ்வுலகத் தொடர்பு அவரைவிட்டு நீங்கியது. அதனால் சுந்தரருக்குச் சிவபோகம் கைவந்தது.

இவ்வாறு சிவபோகம் கைவரப் பெற்ற சுந்தரர் திருவாரூரில் உள்ள தியாகராசப் பெருமானைப் பக்தி நெறியில் தவறாமல் வழிபட்டு வந்தார். அவ்வாறு வழிபட்டு வந்த வேளையில் அவருக்கு மலைநாட்டுத் தோழராகிய சேரமான் பெருமாளின் நினைவு வந்தது. மலைநாட்டுக்குச் சென்று அவரைப் பார்க்க முடிவு செய்தார்.

ஆரம் உரகம் அணிந்த பிரான்
அன்பர் அணுக்க வன்தொண்டர்
ஈர மதுவார் மலர்ச்சோலை
எழில் ஆருரில் இருக்கும் நாள்
சேரர் பெருமாள் தனை நினைந்து
தெய்வப் பெருமான் கழல் வணங்கிச்
சாரல் மலைநாடு அணைவதற்குத்
தவிரா விருப்பினுடன் போந்தார் [4223]

தியாகராசப் பெருமானிடம் விடைபெற்றுக்கொண்ட சுந்தரர், சோழநாட்டில் உள்ள திருக்கோயில்களுக்குச் சென்று வணங்கியபடியும் உள்ளத்தில் நினைத்தபடியும் சோழநாட்டினைக் கடந்து

கொங்குநாட்டினை அடைந்தார். கொங்குநாட்டில் திருப்புக்கொளியூர் என்னும் அவிநாசியைச் சென்றடைந்தார் சுந்தரர்.

அவிநாசி, நாமக்கல் மாவட்டத்தில் உள்ளது. இங்கே கோயில் கொண்டுள்ள இறைவனை அவிநாசியப்பர் என்றும் பெருங்கேடிலியப்பர் என்றும் போற்றுகின்றனர். இறைவியைக் கருணாம்பிகை, பெருங்கருணை நாயகி என வணங்குகின்றனர். விநாசம் என்றால் அழிவு என்று பொருள். அவிநாசம் என்றால் அழிவில்லாதது. அழிவில்லாத இறைவன் குடியிருக்கும் ஊர் அவிநாசி. 'காசிக்கு வாசி அவிநாசி' என்னும் சொலவடை மிகவும் புகழ்பெற்றது. அதாவது காசியில் சென்று இறைவனை வணங்கும் பயனை அவிநாசி இறைவனை வணங்கிப் பெறலாம்.

இங்கே அமைந்துள்ள தென்முகக் கடவுள் என்னும் தட்சணாமூர்த்தியின் சிலைக்கு மேலே சிவயோகியின் சிலை ஒன்று உள்ளது. இந்தச் சிவயோகியானவர் தட்சணாமூர்த்தியைக் குருவாக வணங்கிக் குருவுக்கு மிஞ்சிய சீடர் ஆனவர். எனவே, தட்சணாமூர்த்தியின் சிலைக்கு மேல் சிவயோகியின் சிலை அமைக்கப்பட்டுள்ளது.

அவிநாசியின் தெருவில் சுந்தரர் தனது தொண்டர்களுடன் சென்றுகொண்டிருந்தார். அந்தத் தெருவில் எல்லோரும் பெருஞ்செல்வர்களாக வாழ்ந்து வந்தனர். அந்தத் தெருவில் எதிரெதிரே இருந்த வீடுகளில் ஒரு வீட்டில் மங்கல ஒலியும் இன்னொரு வீட்டில் அழுகைச் சத்தமும் கேட்டது. அந்தத் தெருவில் மறையோர் வாழ்ந்து வந்தனர். அந்த மறையோரைப் பார்த்து ஒரு வீட்டில் மங்கலமும் இன்னொரு வீட்டில் அழுகையும் நிகழ்வதற்கானக் காரணத்தைக் கேட்டார்.

மறையோர் வாழும் அப்பதியின்
மாட வீதி பருங்கு அணைவார்
நிறையும் செல்வத்து எதிர் மனைகள்
இரண்டில் நகழ் மங்கல இயங்கள்
அறையும் ஒலி ஒன்றினில் ஒன்றில்
அழுகை ஒலி வந்து எழுதலும் ஆங்கு
உறையும் மறையோர்களை இரண்டும்
உடனே நிகழ்வது என் என்றார் (4225)

சுந்தரர் கேட்ட கேள்விக்கு அந்தணர் ஒருவர் வணங்கிப் பதில் கூறினார். இரண்டு வீட்டிலும் ஒவ்வொரு குழந்தைகள் இருந்தனர்.

அவர்களுக்கு ஐந்து வயது ஆகும்போது இருவரும் ஒரு குளத்தில் நீராடுவதற்குச் சென்றனர். இங்கே அழுகைச் சத்தம் கேட்கும் வீட்டிலுள்ள ஐந்து வயதுக் குழந்தையை அந்தக் குளத்திலுள்ள முதலையானது விழுங்கிவிட்டது. இந்த நிகழ்வு நிகழ்ந்து இரண்டு ஆண்டு கழிந்துவிட்டது. பிழைத்து வந்த ஆண் குழந்தைக்கு இன்று பூணூல் அணிவிக்கும் விழா நடைபெறுகிறது. அதனால்தான் பூணூல் அணிவிக்கும் விழா நடைபெறும் வீட்டில் மங்கல இசைக்கருவிகள் முழங்குகின்றன.

குழந்தையை இழந்த வீட்டில் உள்ளோருக்குத் தங்கள் மகனும் இருந்திருந்தால் அவனுக்கும் பூணூல் அணிவிக்கும் விழா நடைபெற்றிருக்குமே என்று நினைத்து அந்த ஏக்கத்தில் அழுகின்றனர் என விளக்கமாக எடுத்துரைத்தார். தங்கள் தெருவில் சுந்தரர் வந்திருக்கிறார் எனத் தெரிந்ததும் குழந்தையை இழந்த பெற்றோர் தங்கள் குழந்தையை இழந்த சோகத்தை மறந்து வெளியே வந்து சுந்தரரின் திருப்பாதத்தில் பணிந்து வணங்கினர்.

அந்தத் தம்பதியரை வணங்கிய சுந்தரர், 'பெற்ற மகனை இழந்தோர் நீங்கள்தானோ?' எனக் கேட்டார். அதற்கு அவர்கள் 'இது முன்பே நிகழ்ந்த ஒன்று. தாங்கள் வந்திருக்கும்போது தங்களைப் பார்த்துப் பணிந்து வணங்குவது கடமை என உணர்ந்து வணங்குகின்றோம். தாங்கள் இங்கே எழுந்தருளியிருப்பது நாங்கள் பெற்ற பேறு' என்றனர்.

துன்பம் அகல முகம் மலர்ந்து
 தொழுவார் தம்மை முகம் நோக்கி
இன்ப மைந்தன் தனை இழந்தீர்
 நீரோ என்ன எதிர் வணங்கி
முன்பு புகுந்து போனதது
 முன்னே வணங்க முயல்கின்றோம்
அன்பு பழுதாகாமல் எழுந்து
 அருளப் பெற்றோம் எனத் தொழுதார்      (4828)

அந்தப் பெற்றோரின் அன்பு மொழியானது சுந்தரரை வியப்பில் ஆழ்த்தியது. மகனை இழந்த துன்பத்தை மறந்து நான் வந்ததைக் கண்டு மகிழ்ந்த அவர்களின் துன்பத்தைப் போக்க எண்ணம் கொண்டார். 'குழந்தையை விழுங்கிய அந்த முதலையின் வாயிலிருந்து குழந்தையை இறையருளால் மீட்டெடுத்த பின்புதான் அவிநாசியில் கோயில் கொண்டுள்ள இறைவனைச் சென்று வணங்குவேன்' எனச் சூள் உரைத்தார் சுந்தரர்.

மைந்தன் தன்னை இழந்த துயர்
மறந்து நான் வந்து அணைந்ததற்கே
சிந்தை மகிழ்ந்தார் மறையோனும்
மனைவி தானும் சிறுவனை யான்
அந்த முதலை வாய்நின்றும்
அழைத்துக் கொடுத்தே அவிநாசி
எந்தை பெருமான் கழல் பணிவேன்
என்றார் சென்றார் இடர் களைவார் [4229]

இவ்வாறு சுந்தரர் சபதம் செய்ததால் அவரால் நிறைவேற்ற இயலுமோ இயலாதோ என்னும் சந்தேகம் எழும் என்ற காரணத்தால் பாடலின் இறுதியில் 'என்றார், சென்றார், இடர் களைவார்' என்னும் தொடரை அமைத்து, அத்தம்பதியரின் துன்பத்தைப் போக்கும் ஆற்றல்கொண்டவர் சுந்தரர் என்பதனைக் குறிப்பிட்டுள்ளார் சேக்கிழார்.

அவிநாசிக்குச் சுந்தரர் புதியவர். அந்தச் சிறுவனை விழுங்கிய முதலை உள்ள நீர்நிலை எங்கே இருக்கிறது என்பது அவருக்குத் தெரியாது. எனவே, அங்கிருப்பவர்களைக் கேட்டு அந்தக் குளம் இருக்கும் இடத்தை அறிந்துகொண்டார். அந்த நீர்நிலைக்குச் சென்றார். சிறுவனை விழுங்கிய முதலை, அந்தச் சிறுவனை வழங்குவதற்கு ஒரு பதிகம் பாடினார்.

உரைப்பார் உரை உகந்து
உள்க வல்லார் தங்கள் உச்சியாய்
அரைக்கு ஆடு அரவா
ஆதியும் அந்தமும் ஆயினாய்
புரைக்காடு சோலைப்
புக்கொளியூர் அவிநாசியே
கரைக்கால் முதலையைப் பிள்ளை
தரச்சொல்லு காலனையே [7:92:4]

என்னும் பாடல் கொண்ட பதிகத்தைப் பாடி அருளினார் சுந்தரர். இந்தப் பதிகத்தைப் பாடிக்கொண்டிருக்கும்போதே முதலை தின்ற குழந்தை உயிருடன் வந்தது. அவ்வாறு வரும்போது பூமியில் வாழ்ந்த ஐந்து ஆண்டுடன் முதலை வயிற்றில் இருந்த இரண்டு ஆண்டினையும் சேர்த்து ஏழாண்டுச் சிறுவனாய் வந்தான். இந்தப் பதிகம் பத்துப் பாடல்களைக் கொண்டது. மேற்காணும் நான்காம் பாடலைப் பாடி முடித்ததுமே சிறுவன் உயிருடன் வந்துவிட்டான் எனச் சேக்கிழார் பாடியுள்ளார்.

முதலை வயிற்றில் குழந்தை இரண்டு ஆண்டுகள் இருந்தது என்பதனை எவ்வாறு கணித்தார்கள் என்றால், ஐந்து வயதில் குழந்தையை முதலை தின்றது. ஏழு வயதில் பூணூல் அணிவிக்கும் விழா நடத்துவது வழக்கம். எதிர்வீட்டுக் குழந்தையும் முதலை தின்ற குழந்தையும் ஒரே வயதினர். அந்தக் குழந்தைக்குப் பூணூல் விழா நடைபெற்றதால் முதலையின் வயிற்றில் இரண்டு ஆண்டு அந்தக் குழந்தை இருந்திருக்கிறது என்பதை உணர்ந்துகொள்ள முடிகிறது.

பெரிய வாயைக் கொண்ட அந்த முதலையானது சிறுவனைக் கரையில் வந்து உமிழ்ந்த உடன் அதன் தாயார் அந்தச் சிறுவனைத் தூக்கிக்கொண்டு சுந்தரரின் காலடியில் விழுந்து வணங்கினாள். முதலைத் தின்ற குழந்தையைச் சுந்தரர் மீட்டதைக் கண்ட அனைவரும் அவரது அருள்திறத்தைப் போற்றினர். வானத்திலிருந்து தேவர்கள் பூ மழைப் பொழிந்தனர்.

**பெருவாய் முதலை கரையின் கண்**
**கொடுவந்து உமிழ்ந்த பிள்ளைதனை**
**உருகாநின்ற தாய் ஓடி**
**எடுத்துக் கொடுவந்து உயிர் அளித்த**
**திருவாளன்தன் சேவடிக்கீழ்ச்**
**சீல மறையோனொடு வீழ்ந்தாள்**
**மருவார் தருவின் மலர் மாரி**
**பொழிந்தார் விசும்பில் வானோர்கள்** [4232]

அந்தணர்கள் தங்கள் மேல்துண்டினை வானத்தில் வீசித் தங்கள் மகிழ்ச்சியைக் கொண்டாடினார்கள். முதலை வாயிலிருந்து மீண்ட அந்தச் சிறுவனையும் அழைத்துக்கொண்டு அவிநாசி திருக்கோயிலுக்குச் சென்றார் சுந்தரர்.

திருப்பதிகம் பாடி இறைவனைப் பணிந்தார். வெளியே வந்த அவர் அந்தச் சிறுவனுக்குப் பூணூல் அணிவிக்கும் விழாவினைச் சிறப்பாக நடத்தச் செய்தார்.

அவிநாசியிலிருந்து புறப்பட்ட சுந்தரர், கல்லும் மலையும் கடந்து மலைநாட்டினை அடைந்தார். முதலை உண்ட பாலகனை அவிநாசியில் பதிகம் பாடி மீட்ட செய்தியைச் சேரனுக்கும் மற்றவர்க்கும், அடியார்கள் முன்பாகப் போய்த் தெரிவித்தார்கள். தனது நண்பர் சுந்தரரின் வருகையைத் தெரிவித்த அடியார்க்கெல்லாம் பொற்கிழியும் அணிகலன்களும் பட்டாடையும் வழங்கிப் பாராட்டுத் தெரிவித்தார் சேரமான் பெருமாள்.

முன்னாள் முதலை வாய்ப்புக்க
மைந்தன் முன்போல் வரமீட்டுத்
தென் ஆரூரர் எழுந்தருளா
நின்றார் என்று சேரர் பிராற்கு
அந்நாட்டு அரனார் அடியார்கள்
முன்னே ஓடி அறிவிப்பப்
பொன்னார் கிழியும் மணிப்பூணும்
காசும் தூசும் பொழிந்து அளித்தார் [4236]

சுந்தரரின் வருகையை அறிந்ததும் சேரமானின் உள்ளம் களித்தது. நகரத்தின் எல்லா இடங்களுக்கும் முரசறைந்து அவரது வருகையை அறிவிக்கச் செய்தார். அவ்வாறு அறிவித்த முரசத்தை ஓகை முரசம் என்று தெரிவித்துள்ளார் சேக்கிழார். உவகை என்பதன் மாற்று வடிவம் ஓகை. மகிழ் முரசம் என்பதனை ஓகை முரசம் என்று பாடியுள்ளார்.

செய்வது ஒன்றும் அறியாது
சிந்தை மகிழ்ந்து களி கூர்ந்துஎன்
ஐயன் அணைந்தான் எனையாளும்
அண்ணல் அணைந்தான் ஆரூரில்
சைவன்அணைந்தான் என் துணையாம்
தலைவன் அணைந்தான் தரணியெலாம்
உய்ய அணைந்தான் அணைந்தான் என்று
ஓகை முரசம் சாற்றுவித்தார் [4237]

ஓகை முரசம் என்று மகிழ் முரசம் குறிப்பிடப்பட்டுள்ளதால் துயர் முரசம் ஒலித்துச் செய்தி அறிவிக்கும் வழக்கமும் அந்தக் காலத்தில் இருந்திருக்கிறது என்பதனை அறிந்துகொள்ள முடிகிறது.

அமைச்சர்களை அழைத்து, கொடுங்கோளூர் நகரத்தை அலங்கரிப்பதற்கான ஏற்பாடுகளைச் செய்யுமாறு கேட்டுக்கொண்டார். சுந்தரரை எதிர்கொண்டு வரவேற்று அழைத்து வருவதற்கான ஏற்பாடுகளையும் செய்யச் சொன்னார். அவர்கள் செய்த ஏற்பாட்டின்படி யானையின் மீது அமர்ந்தபடி சென்றார் சேரமான் பெருமாள்.

சேரநாட்டின் எல்லையில் சுந்தரரை வரவேற்று அவரது தாமரை மலர்போன்ற பாதத்தில் பணிந்தார் சேரமான். அவ்வாறே சுந்தரரும் சேரமானைப் பணிந்து வணங்கினார்.

சேரமானுக்கும் சுந்தரருக்கும் உடல்தான் வேறுவேறாக இருந்தது. ஆனால், இருவர் உள்ளத்திலும் ஒரே தோழமை

எண்ணம்தான் ஓடிக்கொண்டிருந்தது. மீண்டும் சுந்தரரை வணங்கி அவரது வழிப்பயணம் குறித்தச் செய்திகளைக் கேட்டறிந்தார்.

சிந்தை மகிழும் சேரலனார்
திருவாரூரர் எனும் இவர்கள்
தந்தம் அணிமேனிகள் வேறாம்
எனினும் ஒன்றாம் தன்மையராய்
முந்த எழும் காதலின் தொழுது
முயங்கி உதியர் முதல் வேந்தர்
எந்தை பெருமான் திருவாரூர்ச்
செல்வம் வினவி இன்புற்றார் (4240)

சேரமானும் சுந்தரரும் கொண்டிருக்கும் தோழமைத் திறத்தைக் கண்டு சேரநாட்டில் உள்ளவர்களும், சுந்தரருடன் வந்த அடியார்களும் பெரிதும் மகிழ்ந்தனர். சேரமான் பெருமாள், தமிழின் பெருமாளாகிய சுந்தரரை யானையில் ஏற்றி அவருக்குப் பின்னால் அமர்ந்து வெண்கொற்றக்குடை பிடித்தார்.

சுந்தரரை அழைத்துக்கொண்டு சேரர் பரிவாரம் அரண்மனைக்குச் சென்றது. கடல் கிளர்ந்தெழுந்து செல்வதைப்போல் சேர மன்னனின் படை ஆரவாரத்தோடு சென்றது. திருநீறு பூசும் அடியார்கள், கூட்டம்கூட்டமாய் கங்கை கிளர்ந்தெழுந்து செல்வதைப்போல் சென்றனர். அமைச்சர்கள் ஏறிவந்த குதிரைகளின் குளம்படி பட்டு எங்கும் துகள் கிளம்பியது. இப்படி மகிழ்ச்சி ஆரவாரத்துடன் சுந்தரரை அழைத்துக்கொண்டு அனைவரும் மேகம் தவழும், நிலவு தங்கும் அளவிற்கு உயரமான வஞ்சியின் மதிலைச் சார்ந்துள்ள வாயிலை அடைந்தனர்.

உதியர் பெருமாள் பெருஞ்சேனை
ஓதம் கிளர்ந்தது என ஆர்ப்பக்
கதிர் வெண் திருநீற்று அன்பர் குழாம்
கங்கை கிளர்ந்தது என ஆர்ப்ப
எதிர் வந்து இறைஞ்சும் அமைச்சர் குழாம்
ஏறும் இவுளித் துகள் ஆர்ப்ப
மதி தங்கிய மஞ்சு அணி இஞ்சி
வஞ்சி மணி வாயிலை அணைந்தார் (4242)

எங்கும் வேத முழக்கம் முழங்கியது. அந்தணர்கள் ஆரவாரத்துடன் ஆடினர். மதம் தங்கிய பெரிய யானைகள் மதநீரைச் சொரிந்தன. குதிரைகள் கனைத்தன. பெண்கள் பூரணக் கும்பத்துடன்

வீதியின் இருமருங்கிலும் நின்றனர். மேலும், பல பெண்கள் பாதையெங்கும் பூ மழைப் பொழிந்தனர். தோரணம் கட்டப்பட்டிருந்த அந்தத் தெருவினில் சேரமானும் சுந்தரரும் அமர்ந்திருந்த யானை புகுந்தது. பெண்கள் நடனமாடும் சலங்கை ஒலி எங்கும் ஒலித்தது. இடிபோல் முழங்கும் பெரிய முரசங்கள் ஒலித்தன. சங்குகளை வாயில் வைத்து வரிசையாக நின்று முழங்கினர். தோழர்களான சேரமானும் சுந்தரரும் அரண்மனை வாயிலை அடைந்ததும் யானையிலிருந்து இறங்கினார்.

தூய மலர்களையும் முத்துக்களையும் பொரிகளையும் தூவினர். நான்கு வேதத்தைக் கற்றுணர்ந்த முனிவர்கள் மங்கல மொழிகளை மொழிந்தனர். மேலே வெண்கொற்றக்குடை பிடிக்கப்பட்டது. இரண்டு பக்கமும் கவரிகள் வீசப்பட்டன. சேரமான் பெருமாளும் சுந்தரரும் அரண்மனையின் நடுப்பகுதிக்கு வந்தனர்.

**தூநறு மலர் தரளம் பொரி**
**தூவி முன் இருபுடையின் கணும்**
**நான்மறை முனிவர்கள் மங்கல**
**நாம நன்மொழிகள் விளம்பிட**
**மேனிறை நிழல் செய வெண்குடை**
**வீசிய கவரி மருங்குற**
**வானவர் தலைவரும் நண்பரும்**
**மாளிகை நடுவு புகுந்தனர்** [4245]

மலர் தூவப்பட்ட அரியணையில் சுந்தரரை அமரச் செய்தார் சேரமான். பின்னர், அவரை வணங்கியவர், பூசையை முறைமை தவறாமல் செய்தார். சுந்தரருடன் வந்த அனைவரும் மனம் மகிழும் வகையில் அவர்களுக்குப் பலவித மணிகளை வழங்கினார். இவ்வாறு சேரமானும் சுந்தரரும் மகிழ்ச்சியாக அரண்மனையில் தங்கினர். அதன்பின்னர் மலைநாட்டில் உள்ள சிவன் திருக்கோயில்களுக்கு எல்லாம் இருவரும் சென்று வணங்கினர். மீண்டும் மகோதை என்னும் கொடுங்கோளூர் அரண்மனைக்கு வந்தனர். சேரமானும் சுந்தரரும் தோழமைக்கு எடுத்துக்காட்டாய்க் கொடுங்கோளூரில் வாழ்ந்து வரும் வேளையில் சேரமான் ஒருநாள் நீராடச் சென்றார்.

தனிமையில் இருந்த சுந்தரருக்கு, தான் சிவபெருமானை விட்டுப் பிரிந்து வந்து நெடுநாள் ஆனது எண்ணத்தில் உதித்தது. மீண்டும் திருக்கயிலாயத்தை அடைய வேண்டும் என உணர்ந்தார். எனவே, அவர் திருவஞ்சைக்களத்துத் திருக்கோயிலுக்குச் சென்றார்.

சிவபெருமானது கழுத்து மட்டும் கருமை நிறம் கொண்டது. அந்தக் கரிய கழுத்தினைக்கொண்ட சிவனது திருக்கோயிலை வலம் வந்து கோயிலின் உள்ளே சென்றார். இறைவனின் திருப்பாதத்தைப் போற்றி, 'இந்த உலகத்தில் பிறப்பெடுத்து இல்லற வாழ்க்கையில் வீழ்ந்து எழுந்து அலைக்கழிக்கப்பட்டேன்' என்று தெரிவித்துப் பதிகத் தமிழ் மாலை பாடினார்.

> கரிய கண்டர் தம் கோயிலை
>     வலம் கொண்டு காதலால் பெருகு அன்பு
> புரியும் உள்ளத்தர் உள் அணைந்து
>     இறைவர் தம் பூங்கழல் இணை போற்றி
> அரிய செய்கையில் அவனியில்
>     வீழ்ந்து எழுந்து அலைப்புறு மனை வாழ்க்கை
> சரியவே தலைக்குத் தலை
>     மாலை என்று எடுத்தனர் தமிழ் மாலை   (4249)

சுந்தரர் பாடிய அத்திருப்பதிகத்தில், இந்த உலகத்தில் பாசத்தொடர்பினில் அகப்பட்டு வாழும் வாழ்க்கையை நிறைவுசெய்து கயிலாயத்திற்கு அழைத்துக்கொள்ள வேண்டும் என்பதே ஆகும். சிவபெருமானும் திருக்கயிலாயத்தில் தனது கணங்களுடன் கூடி ஆலோசித்தார். கயிலாயத்தில் தடை விதிக்கப்பட்ட காலம் நிறைவு பெற்றதால் அவரைத் தன்னுடைய திருப்பாதத்தில் வந்து சேர்ந்திடச் செய்ய இசைவு தெரிவித்தார்.

✧

# வெள்ளை யானை

திருக்கயிலாயத்தில் சிவன், பார்வதியுடன் வீற்றிருந்தார். திருமால், பிரம்மா உட்பட தேவர்கள் அனைவரும் அங்கே இருந்தனர். கின்னரர்கள் உட்பட தேவகணங்கள் அனைவரும் இருந்தனர். அப்போது பிரம்மன் முதலானோரைப் பார்த்து, 'உள்ளத்தால் நம்முடன் ஒன்றியுள்ள சுந்தரனைத் தேவலோகத்தில் உள்ள வெள்ளை யானையைக் கொண்டு சென்று திருக்கயிலாயத்திற்கு அழைத்து வாருங்கள்' என்றான் சிவன்.

> மன்றல் அம்தரு மிடைந்த பூர்வ கயிலையில்
> மலை வல்லியுடன் கூட
> வென்றி வெள்விடைப் பாகர் தாம்
> வீற்றிருந்து அருளிய பொழுது இன்னே
> ஒன்று சிந்தை நம் ஊரனை
> உம்பர் வெள்ளானையின் உடன் ஏற்றிச்
> சென்று கொண்டு இங்கு வாரும் என்று
> அயன் முதல் தேவர்கட்கு அருள் செய்தார் [4251]

திருமாலும் பிரம்மனும் பிற தேவர்களும் சிவபெருமானை வணங்கி அவரிடம் விடைபெற்றுக்கொண்டு வெள்ளை யானையுடன் தேன் நிறைந்த சோலைகளைக் கொண்ட திருவஞ்சைக்களத்திற்கு வந்தனர். அவர்கள் தங்கள் கால்கள் நிலத்தில் படும்படியாக வந்து திருக்கோயிலை வலம் வந்து வாயிலை அடைந்தனர்.

தேவர்களின் கால் தரையில் படுவதில்லை என்னும் நம்பிக்கை உள்ளது. எனவே சேக்கிழார், தேவர்கள் தங்கள் கால் தரையில் படும்படியாகத் திருவஞ்சைக்களத்திற்கு வந்தனர் எனப் பாடியுள்ளார்.

தேவர்கள் குழுவினராகத் திருவஞ்சைக்களத்தின் வாயிலை அடையும்போது சுந்தரர் தன் இறைவழிபாட்டினை நிறைவு செய்துவிட்டார். அங்கிருந்து அவர் புறப்படும் வேளையில் தேவர்கள் வந்து, 'கொன்றை மாலை அணிந்த சிவபெருமான் தங்களை இந்த வெள்ளை யானையில் ஏற்றித் திருக்கயிலாயத்திற்கு அழைத்துவரப் பணித்துள்ளார்' என்று கூறினர். சிவனது ஆணையை அறிந்ததும் அதனை ஏற்று அவர்களை எதிர்கொண்டு அழைத்தார் சுந்தரர்.

> தேவர் தம் குழாம் நெருங்கிய
> வாய் தனில் திருநாவலூர்தம்
> காவல் மன்னரும் புறப்பட
> எதிர்கொண்டு கயிலை வீற்றிருக்கின்ற
> பூ அலம்பு தண் புனல் சடை
> முடியவர் அருளிப்பாடு எனப் போற்றி
> ஏவல் என்றபின் செய்வது ஒன்று
> இலாதவர் பணிந்து எழுந்து எதிர் ஏற்றார் (4253)

சிவபெருமானின் ஆணையை ஏற்றுக்கொண்ட சுந்தரரை வலம் வந்து வணங்கிய தேவர்கள், அவரை வெள்ளை யானையில் ஏற்றினர். இந்த உலகத்தை நான்கு திசைகளிலும் சூழ்ந்துள்ள கடல் ஒரே இடத்தில் தோன்றி ஆரவாரித்தால் எப்படி இருக்குமோ அப்படித் தேவ துந்துபிகள் முழங்கின. எல்லா உயிர்களின் பேச்சினையும் அறியும் ஆற்றல்கொண்ட தம் தோழரான சேரமான் பெருமாளை நினைத்தபடி சுந்தரர் வெள்ளை யானையில் சென்றார்.

# குதிரையில் சேரமான்

சுந்தரரின் எண்ணமும் செயலும் அப்போதே சேரமானுக்குத் தெரிந்தன. அப்போது, அவர் இருந்த இடத்திலிருந்த ஒரு குதிரையில் ஏறி உடனே திருவஞ்சைக்களத்திற்கு வந்தார். சுந்தரர் வெள்ளை யானையில் திருக்கயிலாயம் செல்வதற்கு மேல்நோக்கிச் செல்வதைக் கண்டார். தனக்கு முன்னால் விரைந்து செல்லும் உள்ளத்துடன் தனது குதிரையைத் திருக்கயிலாயத்தை நோக்கி வெள்ளை யானைக்கு முன்னால் செல்லும் வகையில் செலுத்தினார்.

**சேரர் தம்பிரான் தம்பிரான்**
**தோழர் தம் செயலறிந்து அப்போதே**
**சார நின்றதோர் பரியினை**
**மிசைக்கொண்டு திருவஞ்சைக்களம் சார்வார்**
**வீர வெண்களிறு உகைத்து விண்**
**மேல் செலும் மெய்த்தொண்டர் தமைக்கண்டார்**
**பாரில் நின்றிலர் சென்ற தம்**
**மனத்தொடு பரியும் முன் செல விட்டார்** (4255)

சேரமான், தான் ஏறிச்சென்ற குதிரையின் காதினில் சிவமந்திரத்தை ஓதினார். உடனே, அந்தக் குதிரை விரைந்து சென்று சுந்தரர் ஏறிச்செல்லும் வெள்ளையானையை வலம் வந்து அதற்குமுன் சென்றது.

சேரமான் குதிரைமேல் வானுலகம் செல்வதை அவரது படை வீரர்கள் கண்ணுக்கு எட்டிய தூரம்வரைப் பார்த்தனர். அவரைப் பார்க்க இயலாதபோது படை வீரர்கள் அனைவரும் தங்கள் உடைவாளினால் தங்கள் உயிரை மாய்த்துக்கொண்டு திருக்கயிலாயத்திற்குச் சென்றனர்.

உடலுடன் திருக்கயிலாயத்திற்குச் செல்லும் பேறு சுந்தரருக்கு வாய்த்தது. அவருடன் தோழமை கொண்டிருந்ததால் சேரமானுக்கும் வாய்த்தது. தங்களுக்கு உடலுடன் செல்லும் வாய்ப்புக் கிடைக்காது என்று தெரிந்ததால் வீரர்கள் தங்கள் மன்னனைப் பிரிய மனம் இல்லாமல், தங்கள் உயிரை மாய்த்துக்கொண்டு கயிலாயத்திற்குச் சென்றனர்.

> உதியர் மன்னவர் தம்பெரும்
> சேனையின் உடன் சென்ற படைவீரர்
> கதிகொள் வாசியின் செல்பவர்
> தம்மைத் தம் கட்புலப்படும் எல்லை
> எதிர் விசும்பில் கண்டு பின்
> கண்டிலர் ஆதலின் எல்லாரும்
> முதிரும் அன்பினில் உருவிய
> சுரிகையான் முறைமுறை உடல் வீழ்த்தார் (4257)

தங்கள் உயிரை மாய்த்துக்கொண்ட வீரர்கள் சேரமன்னனின் குதிரைக்கு முன்பாகச் சென்று திருக்கயிலாயத்தில் அவருக்குப் பணிசெய்வதற்காக விரைந்து உயிரைவிட்டனர். சேரமானின் குதிரையும் சுந்தரர் சென்ற வெள்ளை யானையும் திருக்கயிலாயத்தை நோக்கிச் சென்றன.

தேவர்கள் முன்னால் செல்லவும், யானையில் சுந்தரர் பின்னால் கயிலாயம் நோக்கிச் செல்லவுமான அந்தச் சூழலில் இறைவனை நோக்கி, அந்தச் சூழலை மையப்படுத்தி ஒரு பதிகம் படைத்தார் சுந்தரர்.

பத்துப் பாடல்களைக் கொண்ட இந்தப் பதிகத்தில் உள்ள முதல் இரண்டு பாடல்களைத் திருவஞ்சைக்களத்தில் வெள்ளை யானையில் ஏறியவுடன் சுந்தரர் பாடினார் என்றும், மூன்று முதல் ஆறு வரை உள்ள பாடல்களை வெள்ளை யானையின் மீது வானத்தில் செல்லும்போது பாடினார் என்றும், ஏழாவது பாடலில் வானத்தில் யானை செல்லும் விரைவினையும், எட்டாவது பாடலில் திருக்கயிலாயத்தில் சிவனைப் போற்றி உரைக்கும் உரைகளையும், ஒன்பதாம் பாடலில் திருக்கயிலையில் அனைத்துத் தேவர்களும் சுந்தரரை அழைத்துச்சென்றதையும், பத்தாவது பாடலில் இறையின்பத்தைச் சுவைத்த தன்மையையும் பாடியுள்ளார்.

> இந்திரன் மால் பிரமன்
> எழில் ஆர் தேவர் எல்லாம்

வந்து எதிர்கொள மத்த
    யானை அருள் புரிந்து
மந்திர மாமுனிவர் 'இவன் யார்'
    என எம்பெருமான்
'நம் தமர் ஊரன்' என்றான்
    நொடித்தான் மலை உத்தமனே         [7:100:9]

    பெரிய புராணத்தின் பதின்மூன்று சருக்கங்களில் முதல் சருக்கம் திருமலைச் சருக்கம் என்பதாகும். அந்தச் சருக்கத்தில் திருக்கயிலாயத்திற்குச் சுந்தரர் வருவதைப் பாடியுள்ளார் சேக்கிழார். சுந்தரர் திருக்கயிலாயத்திற்கு வருவதைப் பார்த்ததும் உபமன்னிய முனிவர் வணங்கினார். அவர் வணங்குவதைப் பார்த்த அவரது சீடர்களான முனிவர்களும் வணங்கியதுடன், 'இவர் யார்?' எனக் கேட்டனர். அவர்களுக்கு 'இவர்தான் சுந்தரர்' என்று உபமன்னிய முனிவர் கூறினார். உடனே பிற முனிவர்கள் சுந்தரரது வரலாற்றினை அறிந்துகொள்ள விரும்புகிறோம் எனக் கேட்டவுடன் உபமன்னிய முனிவர் சுந்தரர் வரலாற்றைக் கூறுவதுபோல் திருத்தொண்டர் புராணம் என்னும் காப்பியம் தொடங்குகிறது. காப்பியத்தின் இறுதி நிகழ்வினை முதலில் சொல்லி, காப்பியம் முழுவதையும் பின்னோக்கு உத்தியில் அமைத்துத் தந்துள்ளார் சேக்கிழார்.

    இந்தச் செய்தியை இந்தப் பாடலில் குறிப்பிட்டுப் பதிகம் பாடியுள்ளார் சுந்தரர். எனவே, சேக்கிழார் உருவாக்கிய பெரிய புராணம் என்னும் திருத்தொண்டர் புராணத்திற்கு முதலும் முடிவுமாகச் சுந்தரரே விளங்குகிறார் என்பது தெளிவாகிறது.

    வெள்ளை யானையில் சென்ற சுந்தரரும் குதிரையில் சென்ற சேரமானும் திருக்கயிலையின் தெற்கு வாயிலை அடைந்தனர். ஒளிநிறைந்த வாயிலில் யானையிலிருந்து சுந்தரரும் குதிரையிலிருந்து சேரமானும் இறங்கினர். வெள்ளை ஒளி நிறைந்த அந்தத் திருக்கயிலாயத்தின் மலையில் இறைவன் இருக்கும் திருவாயிலை அடைந்தனர்.

மாசில் வெண்மை சேர் பேரொளி
    உலகெலாம் மலர்ந்திட வளர் மெய்ம்மை
ஆசில் அன்பர் தம் சிந்தை போல்
    விளங்கிய அணிகிளர் மணிவாயில்
தேசு விளங்கிய யானையும்
    புரவியும் இழிந்து சேணிடைச் செல்வார்

ஈசர் வெள்ளி மாமலைத் தடம்
பல கடந்து எய்தினர் மணிவாயில் (4260)

இறைவன் வீற்றிருக்கும் இடத்திற்கு முன்பாக அமைந்துள்ள அந்தத் திருவாயிலில் சேரமானைத் தடுத்து நிறுத்தினர். சுந்தரரை மட்டும் சிவனுக்கு முன்பாக அழைத்துச் சென்றனர்.

சிவபெருமானின் திருமுன்பு சென்று பணிந்து வீழ்ந்து வணங்கினார் சுந்தரர். தாயைவிட்டுப் பிரிக்கப்பட்டுத் தொலைவில் விடப்பட்ட கன்று, தாயைக் கண்டதும் விரைந்து ஓடுவதுபோல் சிவபெருமானைக் கண்டு மகிழ்ந்து அருகில் சென்றார் சுந்தரர்.

சென்று கண் நுதல் திருமுன்பு
தாழ்ந்து வீழ்ந்து எழுந்து சேணிடைவிட்ட
கன்று கோவினைக் கண்டு அணைந்தது
எனக் காதலின் விரைந்து எய்தி
நின்று போற்றிய தனிப்பெருந்
தொண்டரை நேரிழை வலப்பாகத்து
ஒன்றும் மேனியர் ஊரனே
வந்தனை என்றனர் உலகு உய்ய (4262)

உமையை வலப்பாகத்தில் கொண்ட சிவபெருமான், சுந்தரரைப் பார்த்து, 'இந்த உலகம் உய்வடையும் வகையில் வந்து சேர்ந்தாயோ?' என்று வினவினார்.

'நான் செய்த பிழையைப் பொறுத்து என்னை ஆட்கொண்டு, பிறப்பால் வந்த தொடர்பினை அறுத்து மீளாத திருவடிப்பேற்றினைத் தந்த தங்கள் அருள்கருணை என்னால் அளவிட்டுக் கூறத்தக்கதோ?' என்று பணிந்தார் சுந்தரர். மேலும்மேலும் இறைவனைப் பணிந்து ஆனந்தப் பெருக்குடன் நின்றார் அவர்.

சுந்தரர் தனக்குக் கிடைத்த திருவடிப் பேறு தனது தோழருக்குக் கிடைக்கவில்லையே என வருந்தினார். இறைவனின் திருவடிக்கு அருகில் சென்று வாயிலில் சேரமான் பெருமாள் நிற்பதைத் தெரிவித்தார். உடனே சிவபெருமான், நந்தி தேவரை அழைத்து, அவரை அழைத்து வருமாறு பணித்தான். இறைவனின் ஆணையைச் சேரமானிடம் தெரிவித்து அழைத்து வந்தார் நந்திதேவர்.

இறைவனின் திருக்கருணையை வியந்த சேரமான் திருவடியை நோக்கி வந்து பணிந்து வணங்கினார். கங்கையையும் பிறைநிலவையும் தலையில் சூடிய இறைவன் புன்முறுவல் காட்டி,

சேரமானைப் பார்த்து, 'இங்கு நான் அழைக்காமலே வந்ததன் காரணம் என்ன?' என வினவினான்.

'நம்பியாரூரரின் திருவடியைப் போற்றிப் பணிந்து அவர் அருளால் அவர் வந்த வெள்ளை யானைக்கு முன்பாகக் குதிரையில் வந்தேன். தங்களின் அருள் வெள்ளத்தால் இங்கே வந்தேன்' என்று கூறிய சேரமான், 'எனக்கு மேலும் ஒரு விண்ணப்பம் உள்ளது' என்று உரைத்தார்.

# திருக்கயிலாய ஞான உலா

சேரமான் பெருமாள் தனது விண்ணப்பத்தை இறைவன் முன்பாக வைத்தார்.

'வேதங்களாலும் முனிவர்களாலும் போற்றுதலுக்கு அரிய பெருமை உடையவரே! எனக்கு உயிர்களிடம் உள்ள பாசப் பிணைப்பை அறுத்து நம்பியாரூரரின் கூட்டத்தில் என்னைச் சேரவைத்து ஆட்கொண்டவரே! அன்பினால் தங்கள்மேல் உலாச் செய்யுள் ஒன்று இயற்றியுள்ளேன். அதனைத் தாங்கள் கேட்டு அருள்புரிய வேண்டும்' என்று வேண்டினார்.

சேரமானின் வேண்டுகோளை ஏற்றுக்கொண்ட சிவன் 'அந்த உலாவினைச் சொல்லுக' என்றான்.

**பெருகு வேதமும் முனிவரும்**
**துதிப்பரும் பெருமையாய் உனை அன்பால்**
**திரு உலாப் புறம் பாடினேன்**
**திருச்செவி சாத்திடப் பெறவேண்டும்**
**மருவு பாசத்தை அகன்றிட**
**வன்தொண்டர் கூட்டம் வைத்தாய் என்ன**
**அருளும் ஈசரும் சொல்லுக**
**என்றனர் அன்பரும் கேட்பித்தார்** (4267)

சேரமான் பாடிய திருக்கயிலாய ஞான உலாவினைக் கேட்டு மகிழ்ந்த சிவபெருமான், 'நம்பியாரூரன் என்னும் ஆலால சுந்தரனுடன் இருந்து, இருவரும் நம் கணங்களுக்குத் தலைமை தாங்கி இங்கேயே தங்குங்கள்' என்றான்.

இறைவனது ஆணையை ஏற்றுக்கொண்டு ஆலால சுந்தரராகிய நம்பியாரூரர் முன்பு கயிலாயத்தில் செய்த திருப்பணியைத்

தொடர்ந்து செய்தார். சேரமான் பெருமாள் சிவகணங்களுக்குத் தலைமைப் பொறுப்பினை ஏற்றுப் பணி செய்தார்.

**அன்ன தன்மையில் இருவரும்**
**பணிந்து எழுந்து அருள் தலைமேல் கொண்டு**
**மன்னும் வன்தொண்டர் ஆலால**
**சுந்தரராகித் தாம் வழுவாத**
**முன்னை நல்வினைத் தொழில் தலை**
**நின்றனர் முதல் சேரர் பெருமானும்**
**நன்மை சேர் கணநாதராய்**
**அவர் செயும் நயப்புறு தொழில் பூண்டார் (4269)**

இருவரும் இவ்வாறு திருக்கயிலாயத்தில் வீற்றிருந்தனர். சுந்தரர் முன்பு ஆலால சுந்தரராய்த் திருக்கயிலாயத்தில் இருக்கும்போது கமலினி அனிந்திதை என்னும் இருவர்மேல் கொண்ட ஆசையினால்தான் உலகப் பிறப்பெடுத்தார். அந்தப் பெண்கள் இருவரும் பூவுலகில் பரவையாராகவும் சங்கிலியாராகவும் அவதரித்து, சுந்தரரை மணந்தனர்.

உமாதேவி அருளால் பரவையாரும் சங்கிலியாரும் கயிலாயத்திற்கு மீண்டும் கமலினியாகவும் அனிந்திதையாகவும் வந்து உமாதேவிக்குத் தொண்டு செய்தனர்.

திருக்கயிலாயத்திற்கு வரும்போது ஆலால சுந்தரர் என்னும் சுந்தரர் பாடிய திருப்பதிகத்தை வருணனிடம் வழங்கினார். அவர் அதனைத் திருவஞ்சைக் களத்தில் சேர்த்து அனைவரும் அறியவைத்தார்.

சேரமான், திருக்கயிலாயத்தில் சிவபெருமான் முன்னிலையில் அரங்கேற்றிய அந்தத் திருக்கயிலாய ஞான உலாவினை வெள்ளி மலையில் இருந்து மாசாத்தனார் என்னும் புலவர் கேட்டார். அவர் அந்த உலாவை இந்தப் பூவுலகில் மறையவர் வாழ்கின்ற திருப்பிடவூரில் சொன்னார். அது எங்கும் திருக்கயிலாய ஞான உலாவாக முதல் உலா நூலாகப் பரவியது.

திருக்கயிலாயத்தில் சிவபெருமானின் திருமுன்பாகத் தமிழ்ச் செய்யுள் அரங்கேற்றப்பெற்றது என்றால் அந்தத் தமிழின் பெருமையை நம்மால் அளவிட முடியுமா? உலகின் முதல்வன் எனப் போற்றப்பெறும் சிவபெருமான் விரும்பிக்கேட்ட தமிழ் மொழி, உலக மொழி என்பதும் உலகத்தில் முதல் மொழி என்பதும் இதனால் நன்கு விளங்கும்.

சேக்கிழார் பாடிய இந்தத் திருத்தொண்டர் புராணம், அடியவர்களின் பெருமையை விளக்கிக் கூறுகிறது. அடியவர்கள், சிவபெருமானுடன் உள்ளத்தால் ஒன்றியதால் தில்லையில் கூத்தாடும் சிவபெருமான் அருளால் அவர்களின் புகழ் இந்த உலகம் முழுவதும் நிலைத்து நிற்கிறது.

> என்றும் இன்பம் பெருகும் இயல்பினால்
> ஒன்று காதலித்து உள்ளமும் ஓங்கிட
> மன்றுளார் அடியார் அவர் வான்புகழ்
> நின்றது எங்கும் நிலவி உலகெலாம்     [4273]

என்னும் திருப்பாடலுடன் திருத்தொண்டர் புராணம் என்னும் திருத்தொண்டர் மாக்கதையைச் சேக்கிழார் நிறைவு செய்துள்ளார்.

இறைவன் அடி எடுத்துக்கொடுக்க 'உலகெலாம்' எனத் தொடங்கிப் பெரிய புராணத்தைப் பாடிய சேக்கிழார் 'உலகெலாம்' என நிறைவு செய்துள்ளார்.

தமிழ்நாட்டில் வாழ்ந்த அடியார்களின் வரலாற்றினை அவர்கள் பிறந்து வாழ்ந்த ஊர்களின் வரலாற்றுடன் சிறந்த காப்பியமாகப் படைத்துத் தந்துள்ளார் சேக்கிழார்.

தமிழ்மொழியில் எழுதப்பட்டு வடமொழியாகிய சமஸ்கிருதத்தில் மொழிபெயர்க்கப்பெற்ற பெருமைகொண்ட நூல் பெரிய புராணம். பதின்மூன்று சருக்கங்களைக் கொண்ட இந்த நூல் கன்னியாகுமரி முதல் கயிலாயம் வரை தமிழ் பரவியிருந்த தன்மையைத் தெளிவுபடுத்துகிறது. அதனால்தான் தென் எல்லையில் உள்ள சேரநாட்டைச் சேர்ந்த கழறிற்று அறிவார் என்னும் சேரமான் பெருமாள் படைத்த திருக்கயிலாய ஞான உலா என்னும் தமிழ் நூல் கயிலாயத்தில் அரங்கேற்றப்பெற்றுத் தமிழுக்குப் பெருமை சேர்த்தது.

₹150

### சீவக சிந்தாமணிக்கு முன் படைக்கப்பட்ட நூல்

திருத்தக்க தேவர் பெற்ற கல்வி அறிவினைக் கொண்டு முதன் முதலில் படைத்த இந்த நரி விருத்தம் மனித வாழ்க்கைக்கு இன்றியமையாத இல்லறத்தின் பெருமையைப் போற்றிப் பாடுகிறது. சமண சமயத்தார் துறவறத்திற்கு முதன்மை கொடுக்கும் காரணத்தால் துறவறத்தையும் போற்றிப் பாடியுள்ளார். இல்லறம், துறவறம் என்னும் இரண்டின் வாயிலாகவும் வீடு பேற்றினை அடையலாம் என இந்த நூல் தெளிவுபடுத்துகிறது.

+91 8220063246
www.penbird.in
penbirdpublications@gmail.com

₹100

1. ஆத்தி சூடி
2. கொன்றை வேந்தன்
3. வாக்குண்டாம் (மூதுரை)
4. நல்வழி

ஔவையார் பாடிய அறநூல்கள் நான்கும் மனித வாழ்க்கைக்குத் தேவையான அறநெறிகளை உணர்த்துகின்றன. அவை அனுபவத்தின் பிழிவாக உள்ளன. அந்த அறநெறிகளை மக்கள் அனைவரும் பின்பற்ற வேண்டும் என்னும் நோக்கத்தில் இந்த நூலை எளிய உரையுடன் ஆசிரியர் படைத்துள்ளார்.

---

+91 8220063246
www.penbird.in
penbirdpublications@gmail.com

## முகிலை இராசபாண்டியன்

கன்னியாகுமரி மாவட்டத்தின் முகிலன் குடியிருப்பில் பிறந்த இவர் மதுரை, சென்னை, அண்ணாமலைப் பல்கலைக்கழகங்களில் கல்வி கற்றுள்ளார்.

சென்னை, தரமணியில் உள்ள தமிழ் இணையப் பல்கலைக்கழகத்தில் மூன்று ஆண்டுகள் உதவி இயக்குநராகவும் செம்மொழித் தமிழாய்வு மத்திய நிறுவனத்தின் பதிவாளராகவும் பணியாற்றியுள்ள இவர், சென்னை மாநிலக் கல்லூரியில் பதினைந்து ஆண்டுகள் தமிழ்ப் பேராசிரியராகப் பணியாற்றியுள்ளார்.

ஐந்து நாவல்கள், ஐந்து சிறுகதைத் தொகுப்புகள், மூன்று நாடகங்கள், நான்கு கவிதைத் தொகுப்புகள் உட்பட நூற்றுக்கு மேற்பட்ட நூல்களைப் படைத்துள்ளார்.

மனோன்மணியம் சுந்தரனார் பல்கலைக்கழகத்தின் பாரதியார், பாரதிதாசன் அறக்கட்டளைப் பரிசுகளையும் கோவை கஸ்தூரி சீனிவாசன் அறநிலையத்தின் நாவல் பரிசினையும் பாரத ஸ்டேட் வங்கியின் நாடகப் பரிசினையும் தமிழ்நாடு கலை இலக்கியப் பெரு மன்றத்தின் சிறந்த சிறுகதை நூல் பரிசினையும் வேறு பல விருதுகளையும் பெற்றுள்ளார்.